Walinzi Wa Lango La Hekalu

Tathimini Ya Mchango Wa Mlinda Lango Katika Hekalula Agano La Kale Na Mafundisho Yake Kwenye Maisha Ya Ukristo Leo

F. Wayne Mac Leod

Light To My Path Book Distribution
Sydney Mines, Nova Scotia, CANADA

Walinzi Wa Lango La Hekalu

Hakimiliki © 2019 ya F. Wayne Mac Leod

Haki zote zimehifadhiwa. Hakuna sehemu ya kitabu hiki inaweza kunakiliwa au kusambazwa kwa namna yoyote au njia yoyote ile bila idhini ya maandishi ya mwandishi.

Biblia takatifu, toleo la kingereza® (ESV®) hakimiliki© ya crossway, huduma ya usambazaji wa habari njema. Haki zote zimehifadhiwa. ESV ujumbe toleo 2007

Yaliyomo

Dibaji 5

Sura ya 1 - Walinzi 7

Sura ya 2 - Kulinda Mlango 13

Sura ya 3 - Kulinda Mali ya Hekalu 19

Sura ya 4 - Fedha za Hekalu 25

Sura ya 5 – Walinda Lango na Ibada ya Yehova 31

Sura ya 6 - Nafasi ya Heshima 37

Sura ya 7 - Picha ya Kazi ya Bwana 45

Sura ya 8 - Masomo ya Kujifunza Kutoka kwa Walinda Lango la Hekalu 57

Light To My Path Book Distribution 67

Dibaji

Miaka kadhaa iliyopita, nilikuwa nikijifunza Kifaransa katika jimbo la Quebec huko Kanada. Ili kusaidia katika mchakato wa kujifunza, mimi na mke wangu tulihudhuria kanisa la Kifaransa. Wakati huo, hatukuwa na ujuzi wa kutosha wa lugha ili kuwasiliana au hata kuelewa mahubiri ya mchungaji. Nakumbuka nilijihisi nimepotea kabisa na sina maana katika kanisa hilo.

Waumini walikutana katika shule ya mtaa, na hivyo vitabu vya nyimbo vililetwa kila juma na kuwekwa kwenye madawati ili watu wanaofika waweze kuimba. Ibada ilipokwisha, mchungaji angekusanya vitabu hivyo vya nyimbo na kwenda navyo nyumbani kwake. Nakumbuka nikimtazama akikusanya vitabu baada ya ibada ya Jumapili. Niligundua kuwa hii ilikuwa kazi ninayoweza kufanya - ambayo haikuhitaji kuwa na ujuzi mzuri wa lugha. Kuanzia wakati huo na kuendelea, niliweka hatua ya kusaidia kukusanya vitabu hivyo vya nyimbo baada ya kanisa.

Kile ambacho sijawahi kusahau ni hisia ya utimizo na furaha niliyopata katika kukusanya vitabu hivyo. Nilihisi kana kwamba Bwana alikuwa amenipa huduma katika kanisa ambalo sikuweza kuwasiliana kwa maneno. Nilikuwa na hisia ya kina ya kumtumikia Bwana. Kwa namna fulani, ninaamini Alitabasamu nilipofanya kazi hii kwa furaha kila Jumapili.

Majukumu ambayo Mungu anatuita tufanye hayaonekani kila wakati. Wakati mwingine huenda bila kutambuliwa. Hakuna wizara ambayo sio muhimu, hata hivyo. Kila sehemu inayochezwa katika maisha ya Kikristo ni muhimu na inahitaji kufanywa kwa moyo wa furaha na shukrani kwa Bwana. Kazi ya mlinzi wa lango ilikuwa mojawapo ya kazi hizo. Watu wangepita mbele ya wanaume hao kwenye mwingilio wa hekalu na hawakuwaona. Jukumu lao, hata hivyo, lilikuwa muhimu katika utendaji wa jumla wa hekalu.

Sio tu kwamba jukumu lao lilikuwa muhimu, lakini pia lina mengi ya kutufundisha kuhusu matarajio ya Mungu kwetu kama waumini katika kanisa leo. Ninaamini kwamba somo hili litatusaidia kuona umuhimu wa jukumu la mlinda-lango na kile kinachotufundisha kuhusu matarajio ya Mungu tunapotafuta kuishi maisha yetu ya Kikristo leo.

F. Wayne Mac Leod

Sura ya 1- Walinzi

Hili ni somo kuhusu walinzi wa milango ya hekalu. Nakubali ni mada isiyoeleweka. Ninaamini, hata hivyo, kwamba hakuna majukumu yasiyo muhimu ya kutekeleza katika kazi ya ufalme wa Mungu. Ninasadiki kwamba watu hawa wanatufundisha jambo muhimu kuhusu Mungu na kutembea kwetu pamoja Naye.

Kwa maneno ya msingi kabisa, mlinzi wa lango alikuwa mmoja aliyesimama kwenye milango akiangalia kile kinachoingia na kutoka hekaluni. Biblia na matoleo yake mbalimbali hutumia maneno tofauti kuwaeleza wafanyakazi hawa. Fikiria marejeo yaliyo hapa chini kutoka kwa Kiingereza Standard Version ya Biblia:

[10] Hakika siku moja katika nyua zako Ni bora kuliko siku elfu. Ningependa kuwa bawabu nyumbani mwa Mungu wangu, Kuliko kukaa katika hema za uovu. (Zaburi 84)

[21] Zekaria, mwana wa Meshelemia, alikuwa bawabu mlangoni pa ile hema ya kukutania. (1 Mambo ya Nyakati 9)

[4] nikawaleta ndani ya nyumba ya Bwana, ndani ya chumba cha wana wa Hanani, mwana wa Igdalia, mtu wa Mungu, kilichokuwa karibu na chumba cha wakuu, nacho kilikuwa juu ya chumba cha Maaseya, mwana wa Shalumu, bawabu. (Yeremia 35)

Toleo la Biblia la ESV linatumia maneno "watunza-mlango," "walinda-mlango," na "bawabu wa kizingiti," kurejelea kazi hii katika kazi ya hekalu. Biblia ya KJV inaongeza neno "bawabu."

1 Mambo ya Nyakati 23:2-6 inatuambia kwamba jukumu la mlinzi wa lango halikupewa mtu yeyote tu:

> [2] *Daudi akawakusanya wakuu wote wa Israeli, na makuhani, na Walawi. [3] Walawi wenye umri wa miaka thelathini na zaidi walihesabiwa, na jumla yao walikuwa wanaume 38,000. [4] Daudi akasema, ishirini na nne elfu kati yao watakuwa wasimamizi wa kazi katika nyumba ya BWANA; 6,000 watakuwa maofisa na waamuzi, 5 na mabawabu 4,000, na 4,000 watamsifu BWANA. kwa ala nilizotengeneza kwa ajili ya sifa." [6] Naye Daudi akawapanga katika zamu sawasawa na wana wa Lawi; Gershoni, na Kohathi, na Merari. (1 Mambo ya Nyakati 23)*

Kutokana na kifungu hiki, tunaona kwamba Mfalme Daudi aliwapanga Makuhani na Walawi katika migawanyiko, kila mmoja akiwa na majukumu yake mbalimbali. Wa makuhani na Walawi elfu thelathini na nane, elfu nne walikuwa mabawabu. Ona kwamba walinzi wa malango walichaguliwa kutoka kwa makuhani na Walawi. Kazi ya kutunza malango ilikuwa kazi ya makuhani Walawi wa siku hizo. Hili linathibitishwa katika 2 Mambo ya Nyakati 34:12-13:

> [12] *Nao watu wakatenda kazi kwa uaminifu; na wasimamizi wao walikuwa Yahathi na Obadia, Walawi, wa wana wa Merari; na Zekaria na Meshulamu, wa wana wa Wakohathi, ili kuihimiza kazi; na wengine katika Walawi, wote waliokuwa wastadi wa kupiga vinanda, [13 Tena walikuwa juu ya wachukuzi wa mizigo, wakawahimiza wote waliotenda kazi ya huduma yo yote; na miongoni mwa Walawi kulikuwa na waandishi, na wasimamizi, na mabawabu. (2 Mambo ya Nyakati 34)*

Ona maneno haya, "na baadhi ya Walawi walikuwa waandishi na maofisa na mabawabu." Maana hapa ni kwamba jukumu lilitolewa kwa wale tu ambao Mungu alikuwa amewachagua kuwa makuhani wake. Waliwajibika kwa kile kilichoingia na kutoka katika hekalu la Mungu.

1 Mambo ya Nyakati 26 inatuambia kwamba uamuzi kuhusu nani angewajibika kwa malango mbalimbali ya kuzunguka hekalu uliamuliwa kwa kura:

> *[12] Katika hao zilikuwa zamu za mabawabu, yaani, katika hao wakuu, wenye ulinzi sawasawa na ndugu zao, wa kutumika katika nyumba ya Bwana. [13] Nao wakatupiwa kura kwa ajili ya kila lango, wadogo sawasawa na wakubwa, kwa kadiri ya mbari za baba zao. (1 Mambo ya Nyakati 26)*

Kutoka kwa 1 Mambo ya Nyakati 26:17-19, tunajifunza kuhusu idadi ya walinzi wanaohitajika kuwa zamu katika hekalu kila siku:

> *[17] Upande wa mashariki walikuwapo Walawi sita, kaskazini wanne kila siku, kusini wanne kila siku, na wa nyumba ya akiba wawili wawili. [18] Penye Parbari upande wa magharibi, walikuwapo wanne darajani, na wawili huko Parbari. [19] Hizo ndizo zamu za mabawabu; wa wana wa Wakora, na wa wana wa Merari. (1 Mambo ya Nyakati 26)*

Mabawabu sita walifanya kazi kwenye lango la mashariki. Mlango wa kaskazini ulihitaji nne tu. Upande wa kusini, Walawi wanne walikuwa wamesimama kwenye mlango na wengine wanne kwenye lango. Wanaume sita zaidi walikuwa wamesimama upande wa magharibi— wanne kwenye barabara na wawili kwenye nguzo. Kwa jumla, wanaume ishirini na wanne walilinda milango mbalimbali ya hekalu kila siku.

Katika 1 Samweli 2:22, tuna kumbukumbu ya wana wa Eli na dhambi zao. Inaonekana kwamba walikuwa wakifanya ngono na wanawake "waliokuwa wakitumikia kwenye mwingilio wa hema la mkutano."

[22] Basi Eli alikuwa mzee sana, naye akasikia yote ambayo wanawe walikuwa wakiwatendea Israeli wote, na jinsi walivyolala pamoja na wanawake waliokuwa wakitumika mlangoni pa hema ya kukutania. (1 Samweli 2)

Kazi iliyofanywa na wanawake hawa haiko wazi kutoka kwa kifungu. Hatupaswi, hata hivyo, kuwachanganya na walinda lango. Walinzi wa malango walichaguliwa kutoka miongoni mwa Walawi na kupewa jukumu la kutazama kile kinachoingia na kutoka hekaluni. Huenda wanawake wanaofafanuliwa hapa walifanya kazi nyingi muhimu zinazohusiana na kuweka mlango wa hekalu ukiwa safi na wenye kupendeza, lakini hawakuwa walinda-lango katika maana ya kawaida ya neno hilo.

Tunayo kumbukumbu ya Agano Jipya kwa msichana mtumishi katika ua wa nyumba ya kuhani mkuu katika Mathayo 26:69. Huyu kijakazi ndiye aliyemwuliza Petro kama anamjua Bwana Yesu. Hakuwa mlinzi rasmi au mlinda-lango bali, kama wanawake wa siku za Eli, alitimiza wajibu wake kwenye mwingilio wa nyumba ya kuhani.

Zawadi za watu wa Mungu zilitegemeza walinzi wa malango na kuwaandalia mahitaji yao ya kimsingi. Hii ni dhahiri katika Nehemia 12:47:

[47] Na Israeli wote, siku za Zerubabeli, na siku za Nehemia, walitoa sehemu za waimbaji na mabawabu, kama ilivyohusika kila siku; nao wakawatakasia Walawi; na Walawi wakawatakasia wana wa Haruni. (Nehemia 12)

Sehemu hizi za kila siku za chakula na mahitaji zilihifadhiwa katika vyumba vya hekalu na kutumiwa kama ilivyohitajika na makuhani na walinzi wa malango.

[4] Basi kabla ya hayo, Eliashibu, kuhani, aliyewekwa juu ya vyumba vya nyumba ya Mungu wetu, ambaye alikuwa jamaa ya Tobia, [5] akamtengenezea Tobia chumba kikubwa, ambamo hapo awali walikuwa wameweka sadaka ya unga, ubani, na vyombo, na zaka za nafaka, na divai, na mafuta, vilivyotolewa kwa amri kwa Walawi, na waimbaji, na mabawabu, na matoleo kwa ajili ya makuhani. (Nehemia 13)

Kutoka kwa Yeremia 35:4, tunaelewa kwamba baadhi ya walinzi wa malango waliishi katika vyumba vya hekalu:

[4] Nikawaleta katika nyumba ya BWANA katika chumba cha wana wa Hanani, mwana wa Igdalia, mtu wa Mungu, kilichokuwa karibu na chumba cha maofisa, juu ya chumba cha Maaseya, mwana wa Shalumu, mlinzi. ya kizingiti. (Yeremia 35)

Ona rejezo la "chumba cha Maaseya, mwana wa Shalumu, mlinzi wa kizingiti." Inaonekana kwamba alikuwa na chumba katika hekalu ambapo angeweza kukaa. Hii haimaanishi kwamba walinzi wote wa malango waliishi hekaluni. Wanaume hawa wangekuwa na nyumba zao wenyewe. Hata hivyo, tunaelewa kwamba vyumba vingine viliwekwa kando kwa ajili ya walinzi wa malango na maofisa wa hekalu.

Tunaelewa basi kwamba baadhi ya Walawi walipewa jukumu la kuwa walinzi wa malango. Kila siku ishirini na wanne kati ya hao Walawi walikuwa wamesimama kuzunguka hekalu wakitazama kile kinachoingia na kutoka. Walinda-mlango hawa waliungwa mkono na karama za watu wa Mungu na kutekeleza jukumu muhimu katika utendaji wa kila siku wa kazi iliyofanyika hekaluni. Katika sura zinazofuata, tutachunguza majukumu ambayo wanaume hao walitimiza kwa undani zaidi.

Ya kuzingatia:

Kwa nini hekalu la Mungu lingehitaji walinzi wa malango? Je, unadhani watu hawa wangekuwa wanazuia mambo ya aina gani nje ya hekalu? Ni mambo gani ambayo hawangeruhusu kuondoka hekaluni?

Jukumu la mlinda lango lilikuwa na umuhimu gani? Je, hii ingekuwa kazi inayotafutwa sana?

Ni aina gani za kazi ambazo hazizingatiwi? Majukumu hayo yana umuhimu gani?

Maombi

Chukua muda wa kumshukuru Bwana kwa ajili ya watu binafsi katika familia, kazini au kanisani mwako wanaotekeleza kwa uaminifu kazi za kawaida na zisizotambulika ambazo hurahisisha maisha kwa kila mtu.

Mwombe Bwana akusaidie kuona umuhimu wa jukumu ambalo amekupa kutekeleza.

Sura ya 2- Kulinda Mlango

Mojawapo ya majukumu ya walinzi wa lango la hekalu lilikuwa kukesha kwenye mwingilio. Kuna sababu nyingi kwa nini tunaweza kutaka kulinda mali. Sababu ya kwanza inahusiana na kulinda kile ambacho ni chetu. Hekalu la Sulemani lilipambwa kwa dhahabu na fedha. Kulikuwa na vitu vingi vya thamani vilivyowekwa ndani ya kuta zake. Ingekuwa kawaida kwa watu wa Mungu kulinda hili kutoka kwa mtu yeyote ambaye alitaka kufaidika na mali yake. Hii, hata hivyo, haikuwa sababu kuu ya walinzi wa malango.

Kama ilivyotajwa katika sura ya kwanza, walinzi wa malango walikuwa makuhani. Ikiwa mlinzi wa lango alihangaikia tu kulinda mali ya hekalu, wangeweza kukodi askari wailinde milango. Walinzi wa malango walikuwa makuhani Walawi kwa sababu fulani. Majukumu yao yalikuwa ya kiroho na yenye msingi katika ufahamu wao juu ya Mungu na makusudi yake.

Mungu wa Wayahudi alikuwa mtakatifu. Akizungumza na watu wake kupitia Musa, Bwana alisema:

> [44] *Kwa kuwa mimi ni Bwana, Mungu wenu; takaseni nafsi zenu basi; iweni watakatifu, kwa kuwa mimi ni Mtakatifu; wala msitie uchafu nafsi zenu kwa kitu kitambaacho cha aina yo yote, kiendacho juu ya nchi. [45] Kwa kuwa mimi ni Bwana niliyewaleta kutoka nchi ya Misri, ili kwamba niwe Mungu wenu; basi mtakuwa watakatifu, kwa kuwa mimi ni Mtakatifu. (Mambo ya Walawi 11)*

Utakatifu huu ulimtenga Mungu na yote ambayo yalikuwa ya dhambi au najisi. Angalia katika kifungu hapo juu kwamba mtu anaweza kunajisika kwa kugusa mdudu aliyetambaa chini. Uchunguzi wa haraka wa kitabu cha Mambo ya Walawi unatuonyesha kwamba mambo mengi yanaweza kumfanya mtu awe mchafu. Dhambi zisizokusudiwa (Mambo ya Walawi 4) au kumdanganya jirani (Mambo ya Walawi 6) kungehitaji toleo la msamaha. Zaidi ya hayo, hata hivyo, mtu alikuwa najisi ikiwa aligusa aina yoyote ya unajisi wa kibinadamu (Mambo ya Walawi 5:3), alikuwa na usaha wa mwili (Mambo ya Walawi 12, 15) au ugonjwa wa ngozi (Mambo ya Walawi 13). Sheria ya Musa iliwataka wale walioingia katika uwepo wa Mungu kwanza wasafishwe uchafu wowote. Kuingia katika uwepo wa Mungu kwa namna isiyostahili, ilikuwa ni kutoheshimu sana Mungu na hekalu Lake.

1 Samweli 2:22-25 inasimulia hadithi ya wana wa Eli, kuhani. Walijitia unajisi kwa kufanya ngono na wanawake waliotumikia kwenye mwingilio wa hema la ibada. Eli aliposikia wanawe walikuwa wakifanya nini, aliwakemea, lakini walikataa kusikiliza. 1 Samweli 2:25 inatuambia kwamba Mungu aliwaua wana wa Eli. Alifanya hivyo kwa sababu walichafua hekalu na jina takatifu walilowakilisha kupitia matendo yao.

Mambo ya Walawi 15 ina matakwa ya Mungu kwa wanaume waliotokwa na shahawa au mwanamke aliyepata hedhi. Sura inahitimisha kwa onyo lifuatalo:

[31] Ni hivi mtakavyowatenga wana wa Israeli na unajisi wao; ili wasife katika unajisi wao, hapo watakapoitia unajisi maskani yangu iliyo katikati yao. [32] Hii ndiyo sheria ya mwenye kisonono, na ya mtu ambaye shahawa yake yamtoka, akawa na unajisi kwa hiyo; [33] na ya mwanamke ambaye yu katika kutengwa kwake, na ya mtu ambaye ana kisonono, kama ni mtu mume, kama ni mtu mke, na ya huyo alalaye na mwanamke mwenye unajisi. (Mambo ya Walawi 15)

Kulikuwa na madhara makubwa ya kuingia ndani ya hema la kukutania bila kwanza kusafishwa na uchafu wa mwili. Wale waliofanya hivyo walitia unajisi maskani na kulidharau jina la Mungu wao. Mambo ya Walawi 15:31 huonya juu ya kifo kwa wale walioonyesha ukosefu huo wa heshima.

Walinzi wa malango walizuia watu wasiingie hekaluni. Walifanya hivyo ili kuwalinda wale walioingia, lakini muhimu zaidi ni kuonyesha heshima na heshima kwa hekalu na Mungu waliyemtumikia. 2 Mambo ya Nyakati 23 ni maelezo ya marekebisho yaliyofanyika chini ya Yehoyada, kuhani. Ya umuhimu ni kumbukumbu katika 2 Mambo ya Nyakati 23:19 kwa kuwekwa kwa mabawabu katika malango ya nyumba ya Bwana:

18 Yehoyada akaweka walinzi wa nyumba ya BWANA chini ya uongozi wa makuhani Walawi na Walawi, ambao Daudi aliwaweka wasimamie nyumba ya BWANA, ili wamtolee BWANA sadaka za kuteketezwa, kama ilivyoandikwa. katika Sheria ya Musa, kwa kushangilia na kwa kuimba, kulingana na agizo la Daudi. [19] Akawaweka mabawabu penye malango ya nyumba ya BWANA, ili mtu ye yote asiye najisi asiingie. (2 Mambo ya Nyakati 23)

Andiko la 2 Mambo ya Nyakati 23:19 linasema kwamba Yehoyada aliweka mabawabu kwenye malango ya nyumba ya Yehova ili "mtu yeyote ambaye hakuwa najisi asiingie." Ulikuwa moyo wa Yehoyada kuheshimu utakatifu wa Mungu. Walinzi wa malango kwenye maingilio mbalimbali ya hekalu walipaswa kuchunga jambo lolote ambalo lingeweza kumuudhi Mungu wa Israeli.

Akiandika katika Zaburi 24, Daudi anasema:

[3] Ni nani atakayepanda mlima wa BWANA? Na ni nani atakayesimama katika patakatifu pake? [4] Mwenye mikono safi na moyo safi, asiyeinua nafsi yake kwa uongo, wala asiyeapa kwa hila. [5] Atapokea baraka kwa BWANA na haki kwa Mungu wa wokovu wake. (Zaburi 24)

Daudi anazungumza hapa kuhusu "mlima wa Bwana." Hili linarejelea hekalu lililokuwa mahali pa juu sana katika jiji la Yerusalemu. Anauliza swali, "ni nani atakayesimama katika patakatifu pake?" Kwa maneno mengine, ni mtu wa aina gani anayeweza kuingia hekaluni kumwabudu Bwana Mungu? Daudi anajibu swali hili katika mstari wa 4 lakini anatuambia kwamba ni mtu ambaye ana mikono safi na moyo safi. Yule ambaye hakuwa ametoa nafsi yake kwa kile ambacho ni cha uongo au kuapa kwa hila anaweza kuingia katika uwepo mtakatifu wa Mungu. Ni mtu huyu peke yake anayeweza kutarajia baraka kutoka kwa Bwana (mstari 5).

Tunapoingia katika uwepo wa Mungu, ni lazima tuheshimu utakatifu wake. Dhambi na uchafu ni chukizo kwake. Hakuna anayeweza kusimama mbele zake ambaye hajatakasa uchafu wake. Dhabihu zilizotolewa siku baada ya siku kwenye madhabahu ya ua zilitaka kuwatakasa wale waliojitia unajisi.

Walinzi wa malango walikuwa ukumbusho kwa Israeli kuhusu wajibu wake kuelekea Mungu mtakatifu. Waliweka mipaka ya kuingia hekaluni kwa mtu yeyote ambaye hakuwa msafi. Walipaswa kuwa na bidii kwa ajili ya heshima ya Mungu. Hakuna kitu ambacho kingepita karibu nao ambacho kingelinajisi hekalu. Hakuna kitu kichafu kilikuwa kukufuru jina la Mungu wao.

Ya kuzingatia:

Kwa nini walinzi wa malango walihitajika kwenye mwingilio wa hekalu?

Je, tunajifunza nini hapa kuhusu utakatifu wa Mungu? Je, tunaelewa au kuheshimu utakatifu huu leo katika makanisa yetu? Je, kuna umuhimu gani kutambua utakatifu wa Mungu?

Walinzi wa malango waliwakumbushaje watu wa Mungu kuhusu wajibu wao walipokuwa wakija kuabudu?

Je, ni uchafu wa aina gani tunaweza kuleta kwa ibada ya Mungu leo? Je, tunawezaje kutakaswa na uchafu huu?

Maombi:

Asante Bwana kwamba, kama Mungu mtakatifu, ametengwa na uchafu na uchafu wote.

Mwambie Bwana auchunguze moyo wako ili kuona kama kuna uchafu wowote unahitaji kuungama kwake.

Mwambie Bwana akupe heshima zaidi kwa utakatifu wake. Omba kwamba akusaidie kuishi maisha ambayo yanaheshimu sifa hii ndani Yake.

Sura ya 3- Kulinda Mali ya Hekalu

Tumeona kwamba walinzi wa malango walikuwa wamesimama kuzunguka hekalu wakitazama jambo lolote ambalo lingeweza kumuudhi Mungu mtakatifu na mwadilifu. Wajibu wa walinzi wa lango haukuishia hapo. Tunagundua kwamba wao pia walikuwa na jukumu la kuangalia kile kilichoingia kwenye milango ya hekalu.

Watu walikuja hekaluni mara kwa mara na matoleo. Walileta nafaka na zawadi za fedha kwa ajili ya Bwana na kazi ya hekalu. Walinzi wa malango na makuhani walitegemea michango hiyo kwa ujira wao. Michango hii iliwekwa katika vyumba vya kuhifadhia hekaluni na kulindwa na walinzi wa malango. Tunayo majina ya walinzi sita waliopewa jukumu la kutunza ghala kwenye malango kwenye Nehemia 12:25:

> *[25] Matania, na Bakbukia, na Obadia, na Meshulamu, na Talmoni, na Akubu, walikuwa mabawabu, wakilinda katika ghala za malango.*
> *(Nehemia 12)*

Kutoka katika 1 Mambo ya Nyakati 9, tunajifunza kwamba walikuwa ni walinzi wakuu wa malango ambao walikabidhiwa uangalizi wa ghala na hazina za hekalu.

> *[24] Walinzi wa malango walikuwa katika pande nne, mashariki, magharibi, kaskazini na kusini. [25] Na ndugu zao walio katika vijiji vyao walikuwa na wajibu wa kuja kila baada ya siku saba, zamu kuwa pamoja*

na hao; [26] kwa maana wale mabawabu wanne, waliokuwa Walawi, waliwekwa juu ya vyumba na maliwato. hazina za nyumba ya Mungu. [27] Nao wakalala kuizunguka nyumba ya Mungu; kwa maana ulinzi ulikuwa juu yao, nao walikuwa na ulinzi wa kuifungua kila asubuhi. (1 Mambo ya Nyakati 9)

Wanaume hawa waliishi kwenye tovuti wakati wa kutekeleza majukumu yao, wakihakikishia usalama wa michango. Michango hiyo haikuwa makala pekee ambayo wanaume hao walilinda. 1 Mambo ya Nyakati 9 inaendelea kusema:

[28] Baadhi yao walikuwa na ulinzi wa vyombo vya utumishi, kwa maana walitakiwa kuvihesabu walipoingizwa na kutolewa nje. [29] Na wengine kati yao waliwekwa juu ya vyombo na juu ya vyombo vyote vitakatifu, na juu ya unga laini, na divai, na mafuta, na uvumba, na manukato. (1 Mambo ya Nyakati 9)

Ni dhahiri kutokana na mistari hii kwamba jukumu la mlinzi wa lango lilikuwa kuchunga vyombo vilivyotumiwa kwa ajili ya dhabihu na kazi nyingine za ukuhani. Vyombo hivi vingehifadhiwa na kutolewa nje kama ilivyohitajiwa na makuhani. Walinzi wa lango wangehakikisha kwamba kilichotoka kilirudi na kuhifadhiwa salama. Pia waliangalia samani za hekalu, wakihakikisha kwamba zimewekwa salama na katika mpangilio mzuri. 1 Mambo ya Nyakati 9:29 inatuambia pia kwamba vifaa vilivyohitajiwa na makuhani kama vile unga, divai, mafuta, uvumba na viungo pia vilikuwa chini ya jukumu la walinzi wakuu wa malango.

Wakati fulani matengenezo yangehitajika. Tunayo kumbukumbu katika Nehemia 3:29 ya mtu mmoja jina lake Shemaya, mlinzi wa Lango la Mashariki. Alikuwa na jukumu la kukarabati ukuta wa jiji katika siku za Nehemia.

[29] Baada yao akafanyiza Sadoki, mwana wa Imeri, kuikabili nyumba

yake. Baada yake akafanyiza Shemaya, mwana wa Shekania, mlinzi wa Lango la Mashariki. (Nehemia 3)

Walinda-mlango hawakuwa waaminifu sikuzote katika majukumu yao. Hekalu lilitiwa unajisi nyakati fulani. Huenda hii ilikuwa ni kwa sababu walinzi wa lango walikuwa walegevu au walizembea katika kazi zao. Ndivyo ilivyokuwa wakati Yosia alipokuja kwenye kiti cha enzi cha Israeli. Hekalu la Mungu lilikuwa katika hali mbaya. Ili kurudisha ibada ya Yehova Mungu katika taifa lake, Yosia alitoa amri kwa makuhani na walinzi wa mlango:

[4] Mfalme akamwamuru Hilkia, kuhani mkuu, na makuhani wa daraja la pili, na walinzi wa mlango, watoe katika hekalu la BWANA vyombo vyote vilivyofanywa kwa ajili ya Baali, na kwa Ashera, na kwa jeshi lote la mbinguni. Aliviteketeza nje ya Yerusalemu kwenye mashamba ya Kidroni na kuyapeleka majivu yao hadi Betheli. (2 Wafalme 23)

Ilikuwa kazi ya makuhani na mabawabu wa siku za Yosia kuondoa uchafu wote katika hekalu. Angalia jinsi mabawabu na makuhani walivyoondoa vyombo vilivyotengenezwa kwa ajili ya Baali, Ashera na majeshi ya mbinguni. Hii ilikuwa dalili kwamba walinzi wa lango hawakuwa wakitekeleza wajibu wao. Vitu hivi vyote vya kipagani vilibebwa nje ya mji na kuchomwa moto.

Wakati wa utawala huo wa Malkia mwovu Athalia katika Yuda, kuhani aliyeitwa Yehoyada aliazimia kurudisha utulivu katika taifa hilo na kulirudisha kwenye ibada ya Mungu. Ili kufanya hivyo, alipanga uasi dhidi ya Malkia. Wazo lake lilikuwa kuchukua mahali pake na mrithi halali wa kiti cha enzi, mfalme kijana Yoashi. 2 Mambo ya Nyakati 23:4-6 inaeleza kusudi lake kwa makuhani na Walawi katika kupinduliwa kwa malkia mwovu.

[4] Hili ndilo jambo mtakalofanya; katika ninyi makuhani na Walawi,

mnaotoka zamu siku ya sabato, theluthi moja watakuwa mabawabu; [5] na theluthi moja watakuwa katika nyumba ya mfalme, na theluthi moja katika lango la Msingi. Na watu wote watakuwa katika nyua za nyumba ya Bwana. [6] Asiingie mtu ye yote nyumbani mwa BWANA, ila makuhani na Walawi wanaohudumu. Wanaweza kuingia, kwa kuwa wao ni watakatifu, lakini watu wote watashika ulinzi wa BWANA. (2 Mambo ya Nyakati 23)

Angalia kazi ya walinzi wa malango katika wakati huu wa uovu. Walipaswa kulinda malango ya nyumba ya Yehova ili mtu yeyote asiingie isipokuwa Walawi na makuhani waliokuwa watakatifu mbele za Yehova. Akiwa na walinzi wa malango, Yehoyada aliendelea kumtia Yoashi mafuta kuwa mfalme. Athalia aliposikia jambo hilo na kuja kuona kinachoendelea, Yehoyada akaamuru askari wamuue. Malkia huyo mwovu akiwa ameondolewa, Yehoyada na Yoashi waliendelea kurudisha ibada ya Mungu katika taifa hilo. Walinzi wa malango walikuwa na jukumu la kutekeleza katika kuondolewa kwa malkia mwovu na kurejesha ibada na utumishi wa Mungu.

Mistari hii inatuonyesha kwamba walinzi wa malango hawakuwa na jukumu la kulinda lango la hekalu tu, bali pia walikuwa na utunzaji wa matoleo ya hekalu, vyombo na vyombo. Uchafu haukutoka sikuzote nje ya kuta za hekalu. Ikiwa kile kilichokuwa tayari hekaluni hakikuwekwa salama na kikiwa katika hali nzuri, kilizuia ibada ya Mungu. Hebu wazia kwamba matoleo hayangeweza kufanyika kwa sababu vyombo vilivyohitajika vilikuwa vimepotea au kupotezwa mahali pake. Wazia kwamba matoleo ya watu wa Mungu yaliharibiwa kwa sababu yalihifadhiwa isivyofaa. Ingawa jukumu la mlinzi wa lango huenda halikuonekana kama lile la Kuhani Mkuu, hata hivyo lilikuwa huduma muhimu.

Wakati uchafu ulipoingia hekaluni, walinzi wa malango walihusika katika kusafisha na kurejesha usafi wa jengo na vyombo vya ibada ili jina la Mungu lipate kuheshimiwa. Kazi yao ilihakikisha kwamba ibada ya Mungu katika hekalu haitazuiliwa na kwamba jina la Bwana liliheshimiwa sana.

Mungu wa Israeli alistahili sifa kuu. Hii ilimaanisha kwamba Hangeweza kuabudiwa kwa uzembe. Nakala zote zilizotumiwa katika kuabudu na kusifu jina Lake ziliwekwa kando, zikawekwa safi na salama ili kwamba hakuna chochote kitakachochafua ibada hii. Utumishi wa walinzi wa malango yenyewe ulikuwa tendo la ibada.

Ya kuzingatia:

Je, tunaweza kumvunjia Mungu heshima kwa kutumia vibaya au kutumia vibaya kile ambacho ni chake? Eleza.

Jinsi gani kutunza mali ya Mungu kunaweza kuwa tendo la ibada? Mungu amekupa utunze nini leo?

Ni aina gani ya uchafu inaingia katika kanisa la siku zetu? Unahitaji kushughulika na nini kibinafsi?

Maombi:

Mwombe Bwana akuonyeshe ikiwa umekuwa mlegevu katika kutunza kile ambacho ameweka chini ya wajibu wako.

Mwombe Mungu akuonyeshe ikiwa kuna uchafu wowote maishani

mwako au kanisani unaohitaji kuondolewa.

Omba Mungu akupe neema ya kuwa mlinzi mzuri wa kile alichokupa wewe binafsi.

Sura ya 4- Fedha za Hekalu

Tumeona kwamba walinzi wa malango waliwajibika kwa mali ya hekalu. Waliitazama mali hii ili kuhakikisha kuwa ilikuwa katika hali nzuri na inaweza kupatikana kwa makuhani. Hii ilihakikisha utendakazi ufaao wa huduma za hekaluni.

Walinda mlango hawakuwa waaminifu sikuzote katika wajibu wao. Katika siku za Mfalme Yehoashi, nyumba ya Mungu ilikuwa katika hali mbaya sana. Mfalme Yoashi alikuwa na mzigo wa kuona hekalu likirejeshwa na akawaamuru makuhani wa siku zake wachukue matoleo ya watu na kukarabati hekalu:

> *[4] Yoashi akawaambia makuhani, Fedha zote za vitu vitakatifu zinazoletwa katika nyumba ya BWANA, na fedha ambayo kila mtu hukadiriwa, na fedha ya hesabu ya mtu, na fedha ya mtu. moyo wake humhimiza kuleta nyumbani mwa BWANA, [5] makuhani na watwae, kila mtu kutoka kwa mfadhili wake, wakaitengeneze nyumba kila mahali panapohitaji kutengenezwa." (2 Wafalme 12)*

Mfalme alimkemea Yehoyada, kuhani kwa kupuuza kwake hekalu. Pia aliagiza fedha zote zinazopokelewa kama michango zikabidhiwe kwa ajili ya matengenezo:

> *[7] Kwa hiyo mfalme Yehoashi akamwita Yehoyada kuhani na makuhani wengine, akawaambia, Mbona hamtengenezi nyumba? Basi sasa*

msichukue fedha zaidi kutoka kwa wafadhili wenu, bali wapeni kwa ajili ya ukarabati wa nyumba." (2 Wafalme 12)

Kilicho muhimu kwetu kutambua katika 2 Wafalme 12 ni kile Yehoyada alifanya katika kuitikia amri ya mfalme.

[9] Kisha Yehoyada kuhani akatwaa kasha na kutoboa tundu kwenye kifuniko chake na kuliweka kando ya madhabahu upande wa kuume mtu anapoingia katika nyumba ya Yehova. Na makuhani waliokuwa wakilinda kizingiti wakaweka ndani yake fedha zote zilizoletwa katika nyumba ya Yehova. [10] Na kila mara walipoona kwamba mna fedha nyingi katika sanduku, mwandishi wa mfalme na kuhani mkuu wakapanda na kuziweka katika mifuko na kuzihesabu zile fedha zilizopatikana katika nyumba ya BWANA. [11] Kisha wangeipa fedha iliyopimwa mikononi mwa watenda kazi waliokuwa wasimamizi wa nyumba ya BWANA. Nao wakawalipa maseremala na wajenzi waliofanya kazi katika nyumba ya BWANA, [12] na waashi na wachongaji mawe, na kununua miti na mawe ya kuchongwa kwa ajili ya kuifanyia matengenezo nyumba ya BWANA; na kwa gharama zozote za ukarabati wa nyumba. (2 Wafalme 12)

Yehoyada akaweka sanduku kwenye mwingilio wa nyumba ya Mwenyezi-Mungu. Pesa zilipotolewa kwenye hekalu, "makuhani waliokuwa wakilinda kizingiti" (walinda-lango) wangeleta pesa hizo na kuziweka kwenye kasha. Sanduku lilipojaa, mwandishi wa mfalme na kuhani mkuu walikuwa wakiweka mfukoni pesa hizo na kuwapa wafanyakazi kwa ajili ya ukarabati wa hekalu. Ni walinzi wa malango ndio waliokuwa na jukumu la kuona kwamba fedha zilizotolewa kwa ajili ya utumishi wa Mungu zimewekwa kwenye sanduku hilo.

Baadaye, chini ya uongozi wa mfalme Yosia, ukarabati zaidi ulihitajika katika nyumba ya Bwana. Sikiliza amri ya mfalme Yosia katika 2 Wafalme

22:4-5:

[4] Panda kwa Hilkia, kuhani mkuu, ili apate kuhesabu fedha zilizoletwa katika nyumba ya BWANA, ambazo walinzi wa mlango wamekusanya kutoka kwa watu. [5] Na hiyo iwekwe mikononi mwa watenda kazi walio na uangalizi wa nyumba ya BWANA, nao wawape watenda kazi walio katika nyumba ya BWANA, waitengenezaye nyumba. (2 Wafalme 22)

Angalia neno "hesabu ya fedha iliyoletwa katika nyumba ya BWANA, ambayo walinzi wa mlango wamekusanya kutoka kwa watu" (2 Wafalme 22: 4). Tena, tunaona kutokana na hili kwamba walinzi wa malango walihakikisha kwamba zawadi za kifedha za watu wa Mungu zilihesabiwa vya kutosha na kulindwa kwa usalama kwa ajili ya kazi ya Bwana.

1 Mambo ya Nyakati 9:26 inatuonyesha kwamba halikuwa jukumu la mlinda-lango tu kupokea zawadi za watu wa Mungu bali pia kuhakikisha kwamba wanalindwa. Walipaswa kulinda "hazina za nyumba ya Mungu."

[26] kwa maana wale mabawabu wanne, waliokuwa Walawi, waliwekwa juu ya vyumba na hazina za nyumba ya Mungu. (1 Mambo ya Nyakati 9)

2 Mambo ya Nyakati 31 inatufundisha kwamba wao pia walipewa jukumu la kugawa hazina hizo kwa wale waliohitaji:

[14]Na Kore, mwana wa Imna, Mlawi, mlinzi wa lango la mashariki, alikuwa msimamizi wa matoleo ya hiari kwa Mungu, ili kugawa matoleo yaliyowekwa akiba kwa ajili ya Bwana, na matoleo matakatifu sana.
[15] Edeni, na Miniamini, na Yeshua, na Shemaya, na Amaria, na Shekania walikuwa wakimsaidia kwa uaminifu katika miji ya makuhani, ili kuwagawia ndugu zao sehemu, wazee kwa vijana, kwa zamu (2 Mambo ya Nyakati 31).

Ona kwamba Kore, mlinzi wa lango la mashariki, alipewa jukumu la kugawanya michango na matoleo. Kikundi cha makasisi walimsaidia katika kusambaza zawadi hizi kwa ndugu zao katika miji mbalimbali.

Kama unavyoweza kufikiria, kazi ya mlinda lango ilihitaji uadilifu kabisa. Akimwandikia Timotheo, mtume Paulo angesema:

> *[10] Maana shina moja la mabaya ya kila namna ni kupenda fedha. Ni kwa tamaa hiyo wengine wamefarakana na imani na kujichoma kwa maumivu mengi. (1 Timotheo 6)*

Sote tumesoma hadithi za wanaume na wanawake ambao wametumia vibaya nafasi zao za uaminifu kwa sababu ya kupenda pesa. Watu wa Mungu walikabidhi fedha zao mikononi mwa walinzi hawa wa lango ambao walihakikisha kwamba zawadi zao zilihifadhiwa kwa usalama, kuhesabiwa na kugawanywa kama ilivyokusudiwa. Ilikuwa ni wajibu wao kuhakikisha kwamba kila mchango, hata uwe mdogo kiasi gani, ulitumiwa kwa utukufu wa Mungu.

Katika siku zilizotangulia kifo cha Bwana Yesu, Yeye na wanafunzi Wake walikuwa kwenye nyumba hiyo ya Lazaro. Mariamu, dada yake, alichukua manukato ya thamani na kumpaka Yesu miguu. Ingawa hii ilikuwa taarifa ya kinabii kuhusu kifo hicho cha Yesu, Yuda alipinga ubadhirifu wa Mariamu, akidai kwamba ingekuwa bora kuuza manukato na kuwapa maskini pesa hizo:

> *[4] Lakini Yuda Iskariote, mmoja wa wanafunzi wake, ambaye ndiye atakaye kumsaliti, akasema, [5] Mbona marashi haya hayakuuzwa kwa dinari mia tatu, wakapewa maskini? (Yohana 12)*

Angalia, hata hivyo, msukumo nyuma ya pingamizi la Yuda:

> *[6] Alisema hivyo, si kwa sababu aliwajali maskini, bali kwa sababu alikuwa mwizi, naye alikuwa na miliki ya mfuko, alijisaidia mwenyewe katika zile zilizowekwa ndani yake. (Yohana 12)*

Yuda alikuwa ni bawabu wa aina yake. Alipokea na kulinda michango iliyotolewa kwa ajili ya kazi ya Bwana Yesu na wanafunzi Wake. Tatizo lilikuwa ni mapenzi yake ya pesa kiasi kwamba angejisaidia kwa kile kilichokuwa kwenye mfuko wa pesa. Hakuwa mwaminifu.

Kazi ya Mungu inahitaji walinzi wa milangoni wanaotegemeka. Kazi hiyo haitatimizwa bila michango ya ukarimu ya watu wa Mungu. Tunahitaji wanaume na wanawake wenye ujasiri ili kuhakikisha kwamba michango ya watu wa Mungu hutunzwa kwa kusudi lililokusudiwa na kusambazwa kwa uaminifu ili kutimiza lengo ambalo walipewa.

Ya kuzingatia:

Nafasi ya mlinzi ilikuwaje nafasi ya kutumainiwa? Matokeo yangekuwa nini ikiwa walinzi wa malango hawakuwa waaminifu?

Je, michango ya watu wa Mungu ilikuwa muhimu kwa kiasi gani kwa ajili ya kazi ya huduma katika kipindi cha Agano la Kale? Je, michango hii ina umuhimu gani leo?

Mungu amekupa nini wewe binafsi? Je, unawajibika Kwake kwa matumizi na kuhifadhi karama alizotoa? Je, umekuwa mwaminifu?

Kazi ya mlinzi wa lango ilikuwa kuhakikisha kwamba michango yote iligawanywa kwa wale ambao walikuwa wamekusudiwa. Je, umekuwa mwaminifu kuona kwamba kile ambacho Bwana amekupa umepewa wale wanaokihitaji?

Maombi:

Mshukuru Bwana kwa kile ambacho amekukabidhi. Mwombe akusaidie kuwa mwaminifu katika kupata kile alichokupangia wale wanaokihitaji.

Mlinzi wa lango hakumiliki kilichochangiwa; alipaswa tu kuiangalia na kuwahakikishia kwamba wale waliokusudiwa walipata manufaa. Mwambie Bwana akupe moyo huu. Mwambie akusamehe kwa kuamini kwamba tulichopokea ni kwa ajili yetu sisi pekee.

Mwombe Mungu akupe uadilifu kabisa katika kushughulikia karama alizokupa.

Ombea wanaume na wanawake katika kanisa lako ambao wana jukumu la fedha. Omba kwamba Mungu awape ushindi juu ya jaribu lolote la kukosa uaminifu na uchoyo.

Sura ya 5 – Walinda Lango na Ibada ya Yehova

Ingawa jukumu la mlinda lango lilikuwa jukumu la "nyuma ya pazia", hata hivyo lilikuwa muhimu. Umuhimu wa majukumu yao ukadhihirika kabisa katika ibada ya Israeli.

1 Mambo ya Nyakati 16 inasimulia kisa cha jinsi Daudi alivyoleta Sanduku la Agano Yerusalemu na kuliweka ndani ya hema. Hili lilikuwa tukio muhimu katika historia ya jiji hilo. Ilikuwa ni juu ya Sanduku hili kwamba Bwana Mungu alidhihirisha uwepo wake hekaluni. Akizungumza na Musa, Bwana alisema:

> *[22] Hapo nitakutana nawe, na kutoka juu ya kiti cha rehema, kutoka kati ya makerubi wawili walio juu ya sanduku la ushuhuda, nitasema nawe katika habari ya yote nitakayokuamuru kwa ajili ya wana wa Israeli. (Kutoka 25)*

Mungu alimwambia Musa kwamba angekutana naye kwenye sanduku hilo. Kutoka hapo, Angezungumza Naye na kufichua kusudi Lake kwa taifa. Sanduku hilo lilikuwa na nakala ya amri kumi alizopewa Musa. Sanduku la Agano liliwekwa katika Patakatifu pa Patakatifu, mahali patakatifu sana katika hekalu. Mahali hapa palikuwa patakatifu hata makuhani hawakuweza kuingia wasije wakafa:

[2] BWANA akamwambia Musa, Mwambie Haruni ndugu yako kwamba

asiingie wakati wo wote mahali patakatifu ndani ya pazia, mbele ya kiti cha rehema kilicho juu ya sanduku, ili asife. Kwa maana nitaonekana katika wingu juu ya kiti cha rehema. (Mambo ya Walawi 16)

Mwandishi wa Waebrania anatufundisha kwamba Kuhani Mkuu peke yake ndiye angeweza kuingia Patakatifu pa Patakatifu. Alifanya hivyo mara moja tu kwa mwaka ili kutekeleza majukumu yake mbele ya safina. Hata hivyo, kabla ya kufanya hivyo, ilimbidi ajitakase ili kuhakikisha kwamba hakuleta unajisi wowote mbele za Mungu katika mahali hapa patakatifu sana.

[6] Maandalio hayo yakiisha kufanywa, makuhani huingia mara kwa mara katika kundi la kwanza, wakifanya kazi zao za ibada; [7] lakini katika kundi la pili kuhani mkuu pekee ndiye huingia, naye huingia mara moja kwa mwaka, wala si bila kutwaa damu; ambayo hutoa kwa ajili yake mwenyewe na kwa ajili ya dhambi zisizo za makusudi za watu. (Waebrania 9)

Sanduku la Agano lilikuwa muhimu sana kwa ibada ya Yehova hivi kwamba kulingana na 1 Mambo ya Nyakati 16:37-38, Daudi aliweka mabawabu kulilinda.

[37] Basi Daudi akawaacha Asafu na ndugu zake huko mbele ya sanduku la agano la BWANA, ili wahudumu mbele ya sanduku kama inavyotakiwa kila siku, kama inavyotakiwa kila siku; [38]na Obed-edomu na ndugu zake sitini na wanane, mwana wa Yeduthuni, na Hosa walikuwa mabawabu. (1 Mambo ya Nyakati 1)

Obed-edomu na Hosa walipaswa kuwa walinzi wa sanduku (mstari 38). Kazi yao ilikuwa kulinda safina kwa mbali wakihakikisha kwamba hakuna kitu kitakachoingia Patakatifu pa Patakatifu na kulitia unajisi.

Inafurahisha kuona kwambawakati Sanduku la Agano lilipoletwa

Yerusalemu kwa mara ya kwanza, lilisindikizwa na makuhani na waimbaji waliocheza kwa ala za muziki. Vinubi, vinanda na matoazi vilitoa sifa kuu kwa Mungu wakati Sanduku lilipokaribia mji (1 Mambo ya Nyakati 15:16). Katikati ya sherehe hii, hata hivyo, tunapata pia walinzi wa lango:

> *[23] Berekia na Elkana walikuwa wangoja-mlango wa sanduku. [24] Shebania, Yoshafati, Nethaneli, Amasai, Zekaria, Benaya, na Eliezeri, makuhani, walikuwa wakipiga tarumbeta mbele ya sanduku la Mungu. Obed-edomu na Yehia walipaswa kuwa mabawabu kwa ajili ya sanduku. (1 Mambo ya Nyakati 15)*

Angalia marejeleo ya walinda mlango mara mbili katika aya hizi mbili. Walikuwa sehemu muhimu ya ibada ya Mungu siku hiyo.

2 Mambo ya Nyakati 35 inasimulia historia ya uamsho uliotukia chini ya mfalme Yosia wa Yuda. Baada ya kusafisha nchi na uchafu wake, mfalme aliamuru sherehe ya Pasaka. Pasaka hii haikuwa kama Pasaka nyingine:

> *[18] Hakuna Pasaka kama hiyo iliyofanyika katika Israeli tangu siku za nabii Samweli. hakuna hata mmoja wa wafalme wa Israeli aliyeadhimisha Pasaka kama hiyo iliyofanywa na Yosia, na makuhani, na Walawi, na Yuda na Israeli wote waliohudhuria, na wenyeji wa Yerusalemu. (2 Mambo ya Nyakati 35)*

Sherehe za siku hiyo zilipoanza, tulisoma katika mstari wa 15:

> *[15] Waimbaji, wana wa Asafu, walikuwa mahali pao kwa amri ya Daudi, na Asafu, na Hemani, na Yeduthuni, mwonaji wa mfalme; na walinzi walikuwa katika kila lango. Hawakuwa na haja ya kuacha utumishi wao, kwa maana ndugu zao Walawi walitayarisha kwa ajili yao. (2 Mambo ya Nyakati 35:15)*

Waimbaji na walinzi wa getini wakiwa tayari wakati sherehe zikianza. Kila mmoja wao alikuwa na sehemu yake katika ibada ya Yehova. Waimbaji walisifu jina lake kwa nyimbo. Walinzi wa malango walitazama chochote ambacho kingeudhi uwepo wake mtakatifu. Hili lilikuwa ni tendo lao la ibada. Ilikuwa ni huduma muhimu kwa jamii. Hakuna kitu ambacho kingeondoa uwepo wa Mungu kati yao kama dhambi na uovu. Wanaume hawa walisimama walinzi, wakihakikisha kwamba Bwana aliabudiwa katika "fahari ya utakatifu" (ona 1 Mambo ya Nyakati 16:29).

Sanduku la Agano halikuwa chombo pekee katika hekalu ambacho walinzi wa malango waliwajibika. 1 Mambo ya Nyakati 9 inaorodhesha kuwajibika kwa walinzi wa lango:

> [28] Baadhi yao walikuwa na ulinzi wa vyombo vya utumishi, kwa maana walitakiwa kuvihesabu walipoingizwa na kutolewa nje. [29] Na wengine kati yao waliwekwa juu ya vyombo na juu ya vyombo vyote vitakatifu, na juu ya unga laini, na divai, na mafuta, na uvumba, na manukato. (1 Mambo ya Nyakati 9)

Vyombo vingi vilivyotumiwa kwa ajili ya ibada ya Bwana vilikuwa chini ya uangalizi wa walinzi hao wa malango. Lilikuwa jukumu lao kutazama makala hizo na kuhakikisha kwamba zilitunzwa kwa usalama na katika hali nzuri hivyo ibada ya Mungu ingezuiliwa.

Yatupasa kuona hapa kwamba kazi ya mlinzi wa lango haikuwa tu kulinda hekalu kutokana na unajisi wowote bali pia kuruhusu wale ambao wangeleta shangwe na shangwe kwa ibada ya Yehova Mungu.

Tuna hadithi katika 2 Wafalme 7 kuhusu jinsi Washami walivyoshambulia na kuuzunguka mji wa Samaria katika siku za Elisha. Tukio hili lilisababisha dhiki kubwa kwa wenyeji huku ugavi wa chakula ukikatika. Akina mama waliamua kula watoto wao na kukata tamaa kukajaa mioyoni mwao. Katikati ya mateso hayo, nabii Elisha aliahidi chakula kingi kwa ajili ya jiji hilo. Ingawa wengine walidhihaki unabii wake, utimizo ulikuja wakati malaika wa Bwana aliposababisha Washami kusikia sauti ya jeshi likija.

Hilo lilisababisha mioyo yao kuogopa na, kwa hofu, wakaacha kuzingira jiji na kukimbia, pasipojulikana na wakaaji wa Samaria.

Ni watu fulani wenye ukoma wenye njaa katika eneo hilo waliogundua kwamba Siria ilikuwa imeacha kuzingira, na kuacha chakula kingi kama Elisha alivyokuwa ametabiri.

Hawakuhisi kuwa ni sawa kuondoka jijini ili kufa njaa huku wakiota kwa wingi, wale wenye ukoma waliwaendea walinzi wa lango la jiji ili kuwajulisha walichokuwa wamegundua.

[9] Kisha wakaambiana, Hatufanyi sawa. Siku hii ni siku ya habari njema. Tukinyamaza na kungoja mpaka kupambazuke, adhabu itatufikilia. Basi sasa njoo; twende tukawaambie watu wa nyumba ya mfalme." [10] Basi wakaja na kuwaita mabawabu wa mji, wakawaambia, Tulifika katika kambi ya Washami, na tazama, hapakuonekana mtu wala kusikilizwa huko, ila farasi waliofungwa na punda. amefungwa na mahema kama yalivyokuwa." [11] Kisha mabawabu wakapaza sauti, na habari ikaambiwa ndani ya nyumba ya mfalme. (2 Wafalme 7)

Walinzi wa malango ndio waliowatangazia wakaaji wa jiji hilo kwamba unabii wa Elisha ulikuwa umetimia. Matokeo yalikuwa kwamba jiji lilitoka nje na kuleta vyakula. Maisha ya wakaaji wa Samaria yaliokolewa. Walinzi wa malango walitangaza habari njema iliyoleta wokovu wao. Ripoti hiyo ya walinda-lango ilitoa sababu kwa raia wa Samaria kutoa sifa na heshima kwa Mungu wao ambaye alikuwa amewaandalia mahitaji yao.

Walinzi wa malango walikuwa na fungu muhimu katika ibada ya Mungu. Walilinda vyombo vitakatifu vya hekalu na kuvizuia visitiwa unajisi. Walisimama kulinda huku watu wakimsifu na kumshukuru Bwana kwa wema wake. Kwa mwamini wa Agano la Kale, ibada ya Mungu haikuchukuliwa kirahisi. Waliweka walinzi kuzunguka ibada ya Yehova. Walinzi wa malango waliamriwa kusimama macho watu walipokuwa wakimwabudu Mungu wao ili kwamba kusiwe na usumbufu wowote au unajisi ungezuia sifa ya jina lake.

Ya kuzingatia:

Je, ni kwa njia gani Sanduku la Agano lilikuwa kiini cha ibada ya Bwana Mungu? Walinzi wa malango walikuwa na wajibu gani kuelekea Sanduku?

Walinzi wa malango walikuwa na jukumu gani katika kudumisha uadilifu na usafi wa ibada? Jukumu hili lilikuwa na umuhimu gani?

Kwa nini ni muhimu kulinda ibada yetu kwa Mungu? Ni aina gani ya vikengeusha-fikira vinavyoweza kuingia katika ibada yetu ya jina Lake?

Maombi:

Chukua muda kidogo kumshukuru Bwana kwamba anastahili ibada yetu ya dhati.

Mwombe Bwana akuonyeshe ikiwa kuna jambo lolote linalokuvuruga katika sifa ya jina lake. Omba kwamba vikengeusha-fikira hivi viondolewe.

Uliza Bwana kulinda usafi wa ibada katika kanisa lako? Mwambie ainue wanaume na wanawake wenye imani ambao wanaweza kutuonya juu ya masumbufu na makosa katika ibada zetu.

Sura ya 6- Nafasi ya Heshima

Jukumu la mlinda lango lilikuwa, kwa sehemu kubwa, bila kutambulishwa. Lilikuwa jukumu la utumishi kwa makuhani wengine, ambao walionekana zaidi hekaluni. Hii haimaanishi, hata hivyo, kwamba msimamo wao haukuwa wa heshima.

Katika 1 Mambo ya Nyakati 6:31-33, tuna orodha ya makuhani waliopewa jukumu la muziki katika ibada ya hekalu. maoni mwa walioorodheshwa walikuwa wana wa Kora (mstari wa 33). Kwa na 1 Mambo ya Nyakati 9, wana hao wa Kora walijulikana kuwa Wakora na walipewa daraka la kuwa "watunza-kizingiti" au walinzi wa malango.

[19] Shalumu, mwana wa Kore, mwana wa Ebiasafu, mwana wa Kora, na ndugu zake wa mbari ya baba zake, Wakora, walikuwa wasimamizi wa kazi ya utumishi, na walinzi wa vizingiti vya hema, kama baba zao. alikuwa mtu wa kambi ya BWANA, walinzi wa lango. (1 Mambo ya Nyakati 9)

Walinda lango hao wa Wakora pia walihusika katika muziki wa hekalu. Kama wanamuziki, walitunga zaburi kumi na moja (ona Zaburi 42, 44-49,84-85, 87-88). Jambo la kukumbukwa ni Zaburi ya 84, ambapo wanazungumza kuhusu daraka lao wakiwa walinda-lango.

[10] Kwa maana siku moja katika nyua zako ni bora kuliko siku elfu mahali pengine. Ni afadhali kuwa bawabu katika nyumba ya Mungu

wangu kuliko kukaa katika hema za uovu. (Zaburi 84)

Wakora waliona daraka lao la kuwa walinzi wa malango kuwa lenye kuheshimika. Kubadilisha mlango wa nyumba ya Bwana bora kuliko kuishi katika anasasimama uovu. Siku moja kutumikia katika ua wa nyumba ya Mungu bora kuliko siku elfu moja kutumikia mahali popote. Waliona pendeleo la kuwa na fungu katika ibada ya Bwana Mungu wakiwa walinda-malango.

Miaka mingi, nilihudhuria kanisa la Kifaransa kama sehemu ya maandalizi yangu ya lugha kwa ajili ya kuhudumu Mauritius na Reunion. Katika siku hizo za mapema ujumbe wa kujifunza lugha, sikuweza kuelewa huo au hata na washiriki wa kanisa. Nilijiona sina maana. Kanisa lilikuwa linakutana katika shule wakati huo. Ninakumbuka nikimtazama mchungaji akikusanya vitabu vya nyimbo baada ya ibada na nikahisi Bwana. nami kuhusu kusaidia na hili. Ninakumbuka hadi leo furaha niliyokuwa nayo siku za Jumapili kutumikia kwa njia hii. Niliamini kwamba hii ndiyo huduma ambayo Bwana alikuwa amenipa katika kanisa lile. Ninaposoma Zaburi 84:10, ninapata hisia hii ya shangwe katika mioyo ya wana wa Kora. Walifurahia kazi waliyopewa na kutumikia kwa moyo wao wote.

Ezra alipoagizwa kurudi kutoka Babeli hadi Yerusalemu ili kuwafundisha Wayahudi waliokuwa wamerudi kujenga jiji hilo, hakwenda peke yake. Ezra 7:7 inatuambia kwamba alileta pamoja naye makuhani, Walawi, waimbaji, mabawabu na watumishi wa hekalu:

[7] Tena wakakwea kwenda Yerusalemu, katika mwaka wa saba wa mfalme Artashasta, baadhi ya watu wa Israeli, na baadhi ya makuhani, na Walawi, na waimbaji, na mabawabu, na Wanethini. (Ezra 7)

Ezra aliamini umuhimu wa walinzi wa malango katika kumwabudu Mungu. Nehemia pia alikuwa katika ujenzi wa mji wa Yerusalemu baada ya uhamisho. Katika Nehemia 7, tunasoma kwamba Bwana aliweka juu ya wake kufanya orodha ya wale ambao walikuwa moyo wamerudi kutoka uhamishoni Yerusalemu kusaidia katika ujenzi wa taifa:

[5] Reipo Mungu wangu akatia moyoni mwangu kuwakusanya wakuu, na maofisa, na watu, ili waandikwe kwa nasaba. Nami nikaona kitabu cha nasaba ya wale waliokwea hapo kwanza, nami nikaona imeandikwa humo: (Nehemia 7)

Katika orodha hiyo, tunagundua yafuatayo:

[45] Mabawabu: wana wa Shalumu, wana wa Ateri, wana wa Talmoni, wana wa Akubu, wana wa Hatita, wana wa Shobai, 138. (Nehemia 7)

Familia sita za walinzi wa malango ziliitikia mwito wa kurudi kutoka uhamishoni ili kuhusika katika kuanzishwa upya kwa taifa la Israel. Walinzi mia moja na thelathini na wanane walikuwa miongoni mwa waliokaa tena katika jiji lililoharibiwa na Yerusalemu.

Watu waliorudi kutoka uhamishoni walikaa katika sehemu mbalimbali za taifa la Israel. Katika Nehemia 11 iliamuliwa kwamba idadi ya watu wa jiji la Yerusalemu ilihitaji kuongezwa ili kulinda na mambo yake. Viongozi wa watu walikuwa wakiishi Yerusalemu, lakini watu wengi walikuwa wakiishi nje ya jiji ambapo wangeweza kujipatia riziki kwa kutumia nchi. Kumbuka kwamba jiji lilikuwa limechomwa moto na kuachwa ukiwa na maadui zao. Maisha katika Yerusalemu yangekuwa magumu kwa kiasi fulani katika siku hizo za mapema za kujengwa upya.

Watu waliamua kwamba wangepiga kura kuona ni nani angeishi mjini. Familia moja kati ya kumi ilichaguliwa kwa kuishi Yerusalemu. Wengine wangeishi kwenye taifa.

11:1 Basi wakuu wa watu walikaa Yerusalemu. Na watu wengine waliosalia wakapiga kura ili kuleta mtu mmoja kati ya kumi akae

Yerusalemu, mji mtakatifu, na watu tisa kati ya kumi wakabaki katika miji mingine. [2] Watu wakawabariki watu wote waliojitoa kwa hiari kukaa Yerusalemu. (Nehemia 11)

Angalia katika Nehemia 11 kwamba watu waliwabariki wale waliojitolea kwa hiari kuishi Yerusalemu. Walitambua kuwa huu haungekuwa rahisi kwani kungekuwa na mwingi, angalau hadi kila kitu kirudishwe. watu wale waliochaguliwa kukaa katika mji wa Yerusalemu siku hizo walikuwa wangoja mia moja na sabini na wawili.

[19] Na mabawabu, Akubu, na Talmoni, na ndugu zao, waliolinda malangoni, walikuwa 172. [20] Na hao wengine wa Israel, na wa makuhani, na Walawi, walikuwa katika miji yote ya Yuda, kila mtu. katika urithi wake. (Nehemia 11)

Walinda-lango hao walijitolea kwa hiari kuwatumikia ndugu na dada zao kwa kuishi jijini. Raia wa Israel waliheshimu mtazamo wa utumishi m wa walinzi wa malango.

2 Wafalme 25 inatuambia kile kilichotukia Yerusalemu wakati Wababiloni walipovamia na kuwapeleka Waisraeli utumwani. Nebuzaradani alichoma hekalu, jumba la mfalme na nyumba nyingine katika mji wa Yerusalemu (2 Wafalme 25:8-9). Aliondoa hazina zake za hekalu na kuzichukua pamoja naye hadi Babeli (2 Wafalme 25:13-16). Pia aliwachukua mateka viongozi wakuu wa jiji na kuwaleta pamoja naye hadi amani ili kuwakabidhi mfalme wa mahmahni. 2 Wafalme 25:18-20 ni orodha ya maafisa:

[18] Naye amiri wa askari walinzi akamtwaa Seraya, kuhani mkuu, na Sefania, kuhani wa pili, na walinzi watatu wa mlango; [19] na mjini akamtwaa ofisa mmoja aliyekuwa msimamizi wa watu wa vita, na watu watano wa baraza la mfalme waliooneka mjini; na katibu wa jemadari wa jeshi, aliyewakusanya watu wa nchi; na watu sitini wa watu wa nchi, walioonekana mjini. 20 Naye Nebuzaradani mkuu wa

walinzi akawachukua, akawaleta kwa mfalme wa Babeli huko Ribla. [21] Na mfalme wa Babeli akawapiga na kuwaua huko Ribla katika nchi ya Hamathi. Kwa hiyo Yuda wakachukuliwa uhamishoni kutoka katika nchi yake. (2 Wafalme 25)

maoni mwa waliochukuliwa mateka walikuwa wasimamizi wa wa kisiasa. Hii ndiyo orodha ya watu waliowasilishwa kwa mfalme wa Babeli:

1. - Afisa mkuu wa watu wa vita

2. - Wanaume watano kutoka baraza la Mfalme

3. - Katibu wa kamanda wa jeshi

4. - Kuhani mkuu Seraya

5. - Sefania, kuhani wa pili

6. - Walinzi watatu wa kizingiti (walinda lango)

7. - 60 wanaume wa watu

Ona kwamba miongoni mwa viongozi hao walikuwapo walinzi watatu. Walichukuliwa pamoja na makuhani wawili wa vyeo vya juu wakati huo. Watu hawa wote waliuawa na mfalme wa Babeli.

Walinzi wa milango ya Hekalu walikuwa watu wa heshima ambao kwa hakika waliacha alama zao. maoni mwao walikuwa watunga-zaburi wa Israel waliotunga zaburi kwa ajili ya ibada ya Mungu. Walijitolea wao na juhudi katika ujenzi wa taifa la Israel baada ya adui kuliharibu. Walikuwa miongoni mwa wale waliojitolea kwa hiari kukaa na kulinda jiji la Yerusalemu siku za mapema za makazi yake mapya. Hatimaye, watatu kati yao walipoteza maisha yao waliposimama kwa majivuno mbele ya mfalme wa Babiloni pamoja na maofisa wengine wa Israel. Waliona kuwa ni upendeleo kuwa "bawabu katika nyumba ya Bwana" (Zaburi 84:10).

Mtazamo wao wa u muhimu katika jukumu la utumishi ndio tunahitaji kuuona leo.

Ya kuzingatia:

Jukumu la mlinda lango jukumu la uiona lakini la heshima. Je, tunatambua umuhimu wa watu katika siku zetu ambao wana nafasi ya aina hii katika kanisa?

Zaburi 84:10 inatuonyesha mtazamo wa mlindalango kuelekea cheo chake cha-utakatifu. Zaburi hii inatufundisha nini kuhusu jinsi mtunga-zaburi alivyobarikiwa katika hadhi yake kama mlinzi wa kizingiti? Je, mtazamo wako ni upi kuhusu nafasi ambayo Mungu amekupa katika ufalme Wake?

Je, tunao ushahidi gani katika sura hii ya mtazamo wa utumishi wa mlinda lango? Hilo linatuletea changamoto gani leo tukiwa watumishi wa Mungu?

Maombi:

Mwombe Bwana akupe neema ya kukubali na kufurahia jukumu alilokupa katika ufalme.

Chukua muda kuomba kwamba Bwana akusaidie kuwa mtumishi aliye tayari, tayari kujitolea yote yako kwa ajili ya baraka za watu wake na utukufu wa jina lake.

Mshukuru Bwana kwa ajili ya wanaume na wanawake katika kanisa na jumuiya yako wanaohudumu bila kuhitaji uangalizi au uthibitisho. Mwambie Bwana awabariki watumishi hawa watakatifu.

Sura ya 7- Picha ya Kazi ya Bwana

Walinzi wa Agano la Kale hawakutumikia tu jukumu muhimu katika kumwabudu Mungu, lakini nafasi yao ina kitu cha kutufundisha kuhusu moyo wa Mungu kwa maisha ya watu wake.

Mtume Paulo alikuwa na haya ya kuwaambia Wakorintho:

[19] Au hamjui ya kuwa mwili wenu ni hekalu la Roho Mtakatifu aliye ndani yenu, mliyepewa na Mungu? Wewe si wako. (1 Wakorintho 6)

Je, ni hekalu la Mungu leo? Kulingana na Paulo, miili ya waumini ni mahekalu ya Roho Mtakatifu anayeishi ndani. Ikiwa miili yetu ni mahekalu ya Roho Mtakatifu, inahitaji kuepukwa na unajisi kama vile hekalu la Mungu katika Agano la Kale. Hii inahitaji mlinda lango.

Akizungumzia mateso yake kwa ajili ya Injili, mtume Paulo alimwambia Timotheo:

[12] ndiyo maana nateseka jinsi ninavyoteseka. Lakini sioni haya, kwa maana namjua yule niliyemwamini, na nina hakika kwamba anaweza kukilinda mpaka siku ile niliyokabidhiwa. (2 Timotheo 1)

Mtume Paulo aliteseka sana kwa ajili ya injili ya Yesu Kristo, lakini hakuogopa kwani alijua kwamba Bwana Mungu angelinda kile alichokabidhiwa. Paulo alijua kwamba, kama hekalu la Roho Mtakatifu, Mungu alikuwa ameweka Roho wake Mtakatifu ndani yake, na sasa Mungu alikuwa akitimiza kusudi lake katika hekalu la mwili wa Paulo. Kusudi hilo la Mungu lilikuwa takatifu sana hata Mungu Mwenyewe alichagua kulilinda. Mungu alisimama kama mlinda lango juu ya kazi Aliyokuwa akiifanya katika moyo na maisha ya mtume.

Wazo hili la Mungu kama mlinda-lango lililleta faraja kubwa kwa Paulo kama lilivyomfariji Sulemani. Sikiliza maneno ya Sulemani katika Zaburi 127:

> *Wimbo wa kupaa. Ya Sulemani. [127:1] Bwana asipoijenga nyumba, Waijengao wafanya kazi bure. Bwana asipoulinda mji, mlinzi akesha bure. [2] Ni bure kuamka mapema na kuchelewa kulala, ukila chakula cha taabu; maana humpa mpenzi wake usingizi. (Zaburi 127)*

Sulemani alijua kwamba angeweza kuweka walinzi kwenye malango ya mji wake, lakini isipokuwa Bwana kuulinda mji, kazi ya walinzi hawa ilikuwa bure. Njia pekee ambayo Sulemani angeweza kulala vizuri na salama usiku ilikuwa katika uhakikisho kwamba Bwana Mungu, Mwenyewe alitenda kama mlinzi wa lango la mji wake.

Mtume Paulo alishiriki ujasiri huohuo wa ujasiri. Alihakikishiwa kwamba Mungu angetunza kile alichokuwa amemkabidhi. Wokovu wake ulihakikishiwa kwa sababu Mungu alisimama akilinda kwenye lango la hekalu lake la kidunia.

Isaya anaongeza mwelekeo mwingine kwa wazo hili anaposema:

> *[9] Kwa ajili ya jina langu naiahirisha hasira yangu; kwa ajili ya sifa zangu nakuzuia, nisije nikakukatilia mbali. [10] Tazama, nimekusafisha,*

lakini si kama fedha; Nimekujaribu katika tanuru ya mateso. [11] Kwa ajili yangu mwenyewe, kwa ajili yangu mwenyewe, nafanya hivi; jina langu likatiwe unajisi jinsi gani? Utukufu wangu sitampa mwingine.
(Isaya 48)

Angalia Mungu anasema nini kupitia nabii hapa. Aliwaambia watu wake kwamba angezuia hasira yake kwa ajili ya sifa zake. Asingeruhusu jina Lake kuchafuliwa, wala hangempa mwingine utukufu Wake. Kazi ya mlinzi wa lango ilikuwa kuheshimu jina la Bwana Mungu kwa kuzuia watu wasiingie kwenye hekalu hilo. Waliweka nje chochote ambacho kilizuia sifa ya Bwana Mungu. Hivi ndivyo Bwana alivyosema angewafanyia Israeli. Angezuia hasira yake isije ikawafanya watu wake waache kumsifu.

Fikiria maneno ya Bwana Mungu kwa Hosea kuhusu Israeli:

[5] Maana mama yao amezini; yeye aliyewachukua mimba ametenda aibu. Kwa maana alisema, 'Nitawafuata wapenzi wangu, wanaonipa mkate wangu na maji yangu, sufu yangu na kitani yangu, mafuta yangu na kinywaji changu.' [6] Kwa hiyo nitaiziba njia yake kwa miiba, nami nitaifunga. jenga ukuta juu yake, ili asipate njia zake. [7] Atawafuatia wapenzi wake, lakini hatawapata, naye atawatafuta, lakini hatawapata. Kisha atasema, 'Nitakwenda na kumrudia mume wangu wa kwanza, kwa maana ilikuwa afadhali kwangu wakati huo kuliko sasa.' 8 Lakini hakujua ya kuwa mimi ndiye niliyempa nafaka, na divai, na zabibu. mafuta, wakamruzuku fedha na dhahabu nyingi, walizotumia kwa ajili ya Baali. (Hosea 2)

Kupitia mtumishi wake Hosea, Bwana aliwaambia watu wake waliokuwa wakitangatanga na wasio waaminifu kwamba hatawaruhusu waendelee na uasi dhidi yake. Angewafuata na kuwapata. Mwishowe, wangemrudia Bwana Mungu wao na kumsifu kwa fadhila na rehema zake. Kama vile mlinzi wa lango alifuata kwa bidii chochote ambacho kingechafua ibada ya Mungu, ndivyo Bwana Mungu anatafuta kuondoa chochote ndani yetu ambacho kingetuzuia kumletea heshima na sifa Anayostahili.

Katika Isaya 48:10, iliyonukuliwa hapo juu tunaona kwamba Mungu aliwaambia watu wake kwamba alikuwa amewasafisha

> *[10] Tazama, nimekusafisha, lakini si kama fedha; Nimekujaribu katika tanuru ya mateso. [11] Kwa ajili yangu mwenyewe, kwa ajili yangu mwenyewe, nafanya hivi; jina langu likatiwe unajisi jinsi gani? Utukufu wangu sitampa mwingine. (Isaya 48)*

Lilikuwa jukumu la walinzi wa lango si kulinda hekalu tu bali pia kuhakikisha kwamba vyombo na vyombo vyake vilivyotumiwa katika ibada vilikuwa katika hali nzuri. Ona kile ambacho Mungu alimwambia Isaya katika sura ya 48 ya unabii wake. Mungu alimwambia kwamba alikuwa amewasafisha watu wake katika tanuru ya mateso. Mungu alijitwika jukumu la kuwatakasa na kuwatakasa watu wake kutoka katika dhambi na unajisi wao ili wawe waabudu wa kweli wa jina lake. Bila shaka, mfano bora wa shauku ya Mungu katika suala hili ni kifo cha Mwanawe, Bwana Yesu, ambaye alituhakikishia msamaha na utakaso.

Sikiliza Bwana Mungu anasemaje kupitia mtumishi wake Ezekieli:

> *[25] Nami nitawanyunyizia maji safi, nanyi mtakuwa safi kutokana na uchafu wenu wote, nami nitawatakasa na vinyago vyenu vyote. [26] Nami nitawapa ninyi moyo mpya, nami nitatia roho mpya ndani yenu. Nami nitaondoa moyo wa jiwe kutoka kwa mwili wako na kuwapa moyo wa nyama. [27] Nami nitatia roho yangu ndani yenu, na kuwaendesha katika sheria zangu, na kuwa makini kuzishika amri zangu. [28] Nanyi mtakaa katika nchi niliyowapa baba zenu, nanyi mtakuwa watu wangu, nami nitakuwa Mungu wenu. [29] Nami nitawaokoa na uchafu wenu wote. Nami nitaita nafaka na kuifanya kuwa nyingi na sitaweka njaa juu yenu. (Ezekieli 36)*

Mungu anaahidi kutusafisha na uchafu wetu na kuweka moyo na roho mpya ndani yetu. Hii ni kazi ambayo Bwana Mungu anajitwika Mwenyewe. Hakika, kama asingejitwika jukumu hili, tusingekuwa na matumaini ya kuwa wasafi mbele zake. Akiwa mlinzi wa lango letu, Bwana Mungu hutulinda, akitulinda na uovu na kusafisha uchafu wetu ili tuweze kumwabudu kwa usafi na uadilifu.

Maandiko mara nyingi huzungumza kuhusu jinsi Bwana Mungu huwaangalia watu wake na kile ambacho amewakabidhi. Mwandishi wa Mithali, akiandika juu ya Mungu anayejua mambo yote anasema hivi:

[12] Ukisema, Tazama, hatukujua hili; je! yeye apimaye mioyo hayatambui? Je! yeye ailindaye nafsi yako hajui, naye hatamlipa mtu sawasawa na kazi yake? (Mithali 24)

Ona swali ambalo mwandikaji anauliza hapa: "Je! yeye anayeilinda nafsi haijui?" Mungu huangalia roho zetu. Anapendezwa na maisha yetu ya kiroho. Anajua kila undani kuhusu hali ya nafsi zetu na anajitolea kutujali na kututunza.

Zaburi 121 inaahidi kwamba Mungu atatuepusha na uovu:

[7] BWANA atakulinda na mabaya yote; atahifadhi maisha yako. (Zaburi 121)

Ilikuwa ni maombi ya Yesu kwa Baba kwamba angewalinda wale ambao ni wake kutoka kwa yule mwovu:

[15] Siombi uwatoe katika ulimwengu, bali uwalinde na yule mwovu. (Yohana 17)

mfalme Daudi hakuelewa tu kwamba Mungu alikuwa mlinzi wa lango lake, bali aliomba kwamba Mungu aangalie mlango wa midomo yake.

> [3] Ee BWANA, uweke mlinzi juu ya kinywa changu; linda mlango wa midomo yangu! [4] Usiuache moyo wangu uelekee maovu yo yote, nijishughulishe na matendo maovu, Pamoja na watu watendao maovu, wala nisile vyakula vyao vya anasa. (Zaburi 141)

Daudi alijua jinsi alivyokuwa akimtegemea Bwana Mungu kuwa bawabu wa midomo, moyo na matendo yake. Alielewa jaribu la mwili wake kusema mabaya. Alijua mwelekeo mbaya wa moyo wake kuelekea uovu. Alijikuta katika kundi la watu waovu, waliotamani kula vyakula vitamu vya dhambi vinavyovutia. Alimsihi Mungu ailinde roho yake. Ikiwa Mungu hakuwa mlinzi wake, Daudi alijua kwamba angeanguka. Alitegemea kabisa kazi ya Mungu kulinda kile kilichokuwa kikiingia na kutoka katika hekalu la mwili wake.

Daudi pia alimlilia Mungu ili ayaangalie mawazo yake. Alimkaribisha mlinzi wa lango la mbinguni akilini mwake achunguze uchafu wowote na kuuondoa.

> [23] Ee Mungu, unichunguze, uujue moyo wangu; Nijaribu na ujue mawazo yangu! [24] Uone kama iko njia potovu ndani yangu, ukaniongoze katika njia ya milele. (Zaburi 139)

Ni faraja iliyoje kwa mwamini kujua kwamba Bwana Mungu anatenda kama mlinzi wa roho zetu, akiilinda, kuisafisha na kuitunza ili tuweze kumwabudu sawasawa.

Kuna kipengele kingine cha sura ya Mungu kama mlinzi wa lango tunachohitaji kuona. Akizungumza kuhusu mfalme wa Tiro katika Ezekieli 28, Bwana alisema:

> [16] Kwa wingi wa biashara yako ulijaa jeuri katikati yako, ukafanya dhambi; basi nikakutupa kama kitu kisicho najisi, kutoka katika mlima

wa Mungu, nikakuangamiza, Ee kerubi mlinzi, kutoka katikati ya mawe ya moto. (Ezekieli 28)

Kama mlinda lango, kujali kwa Mungu ni kwa utakatifu na haki. Hii ina maana kwamba atahukumu chochote ambacho kinachafua kusudi lake na kulitupa nje. Hiki ndicho Ezekieli anatuambia kilichotokea kwa mfalme wa Tiro. Aliondolewa kutoka kwa uwepo wa Mungu, "kama kitu cha unajisi" na kuharibiwa.

Mtume Yohana alipoona maono yake ya hekalu katika Ufunuo 21, alitoa kauli ifuatayo:

[22] Wala sikuona hekalu katika mji huo, kwa maana hekalu lake ni Bwana Mungu Mwenyezi na Mwana-Kondoo. [23] Na mji ule hauhitaji jua wala mwezi kuuangazia, kwa maana utukufu wa Mungu huutia nuru, na taa yake ni Mwana-Kondoo. [24] Kwa nuru yake mataifa watatembea, na wafalme wa dunia wataleta utukufu wao ndani yake; [25]na malango yake hayatafungwa kamwe mchana, wala hapatakuwa na usiku humo. [26] Wataleta ndani yake utukufu na heshima ya mataifa. [27] Lakini hakuna kitu kilicho najisi kitakachoingia humo kamwe, wala yeyote afanyaye machukizo au uongo, bali wale tu walioandikwa katika kitabu cha uzima cha Mwana-Kondoo. (Ufunuo 21)

Malango ya jiji la Yerusalemu Mpya yatalindwa na kulindwa. Hakuna chochote kichafu, cha kuchukiza au cha uongo kitakachoingia na kutia unajisi. Ingawa hakuna marejeleo ya walinda-mlango katika kifungu hiki, ni dhahiri kwamba milango ingezuiliwa na kitu chochote cha dhambi. Hakuna kitu kibaya kitakachoingia kwenye malango haya kwa kuwa Mungu anatenda kama mlinzi wa lango la mji.

Kuna jambo moja zaidi ninalotaka kutaja kuhusu Bwana Mungu kama mlinzi wa lango. Tunasoma yafuatayo katika Yohana 10:

[10:1] Amin, amin, nawaambia, Yeye asiyeingia mlangoni kwenye zizi la kondoo, lakini akwea na kuingia kwa njia nyingine, huyo ni mwivi na mnyang'anyi. [2] Bali yeye aingiaye mlangoni ndiye mchungaji wa kondoo. [3] Bawabu humfungulia yeye. Kondoo huisikia sauti yake, naye huwaita kondoo wake kwa majina na kuwaongoza nje. (Yohana 10)

Yesu anatumia mfano hapa kueleza njia ya wokovu. Katika mfano huo, Yesu alitumia mfano wa mchungaji na kondoo wake. Usiku wachungaji walikuwa wakiwaleta kondoo zao kwenye zizi ambapo wangeweza kulala. zizi hili lilikuwa kubwa kiasi kwamba zizi la wachungaji wengi lingeweza kulala usiku kucha. Kisha wachungaji wa mazizi hayo mbalimbali wangekodi bawabu ili abaki karibu na lango usiku ili kulinda kondoo wote. Asubuhi, wachungaji walikuja kwenye zizi. Kwa sababu mlinzi wa lango aliwatambua, angewafungulia lango. Kila mchungaji angewaita kondoo wake. Kondoo, wakielewa mwito wa mchungaji wao, basi wangeenda kwake. Kisha mchungaji angewaongoza nje kwenda malishoni ambako angekaa nao siku nzima.

Mlinzi wa lango hakumfungulia mtu mwingine lango isipokuwa wachungaji. Angemhukumu mtu yeyote ambaye alijaribu kuingia kwa njia nyingine yoyote kama mwizi na kuwalinda kondoo dhidi ya mvamizi huyu. Kama mlinzi wa lango, Bwana Mungu hufungua mlango kwa mwanawe ili kutuita. Anatupa njia ya kumfikia Mwanawe kwa kutufungulia lango ili tumfuate. Ni wale tu kondoo wanaoitikia mwito wa mchungaji wanaoweza kuondoka zizini kwenda kwenye malisho ya kijani kibichi. Kisha mlinzi wa lango hufunga lango kwa wale wote ambao hawajibu sauti ya Mchungaji.

Hili ni wazo gumu. Mlinzi wa lango alizuia watu wasiingie hekaluni. Milango ya mbinguni haijafunguliwa kwa wote. Kama mlinzi wa lango, Mungu huwaruhusu tu wale wanaoitikia sauti ya Mwanawe kuingia mjini. Ni muhimu jinsi gani basi kwamba tusikie mwito wa Bwana Yesu,

Mchungaji Mkuu.

Je, tunaelewa nini kutokana na hili? Walinda-mlango walionyesha, kwa kazi yao, kitu fulani cha tabia ya Mungu na kusudi Lake. Walifanya hivi kwa njia mbili.

Kwanza, walilinda na kulinda hekalu la Mungu. Vile vile, Bwana Mungu huchunga kile ambacho ametukabidhi. Anaihifadhi kazi aliyoianza ndani yetu. Anatusafisha dhambi zetu na kutusafisha ili tuweze kumletea utukufu. Bila kazi Yake kama mlinzi wa lango, kulinda na kudumisha hakika tungepotea. Tunamtegemea atulinde na kutulinda.

Pili, mlinzi wa lango alikuwa na jukumu la kuwazuia watu wasiingie hekaluni. Hakuna kitu kichafu kingeweza kuingia. Hakuna kitu ambacho kingechafua utakatifu wa hekalu kilipewa ufikiaji. Kama mlinzi wa lango, Bwana Mungu pia anazuia ufikiaji wa Mji Mtakatifu wa Yerusalemu. Ni wale tu wanaoitikia wito wa Mwanawe ndio watakaoruhusiwa kuingia. Ni wale tu ambao wamesamehewa na kusafishwa na kazi ya Kristo walio na fursa ya uzima wa milele mbele zake.

[7] Yeye ashindaye atakuwa na urithi huu, nami nitakuwa Mungu wake, naye atakuwa mwanangu. [8] Bali waoga, na wasioamini, na wachukizao, na wauaji, na wazinzi, na wachawi, na hao waabuduo sanamu, na waongo wote, sehemu yao ni katika lile ziwa liwakalo moto na salfa; hiyo ndiyo mauti ya pili. ." (Ufunuo 21)

Ya kuzingatia:

Kwa nini sisi, kama mahekalu ya Mungu, tunahitaji mlinda lango? Je, tunaweza kutumika kama walinzi wa kutosha wa roho zetu?

Je, kuwa na Bwana Mungu kama mlinda mlango wako kunatoa hakikisho gani? Tumechunguza baadhi ya mistari katika sura hii inayozungumzia kazi hii ya Mungu. Je, kuna inayokupa faraja?

Mlinzi wa lango alikuwa na jukumu la kuviweka vyombo vya ibada katika hali ya usafi na kurekebishwa vizuri. Ni nini kinachoweza kuchafua nafsi zetu mbele za Mungu? Je, unapata faraja gani katika ukweli kwamba Mungu, kama mlinda mlango anataka kukusafisha na uchafu huu?

Je, lango la mbinguni liko wazi kwa watu wote? Je, ni mahitaji gani ya kuingia? Mungu akiwa mlinda-lango, je, kuna yeyote ambaye haitikii sauti ya Mwana wake ataingia?

Kwa nini ni muhimu kwamba hakuna chochote kibaya au najisi kitakachoweza kuingia mbinguni?

Maombi:

Tumshukuru Bwana kwa kuwa amejitoa kutunza kile alichotukabidhi. Omba ili uwe wazi zaidi kwa kazi hii ya Roho Wake maishani mwako.

Kiri kwa Bwana kuwa ndani yako huwezi kushika kile alichokukabidhi. Ungama kwake udhaifu wako na umwombe akulinde akili, mwili na roho yako dhidi ya uovu na majaribu.

Bwana asifiwe kwamba mbingu imefungwa kwa dhambi na uovu wa kila aina. Mshukuru kwa kumtuma Mwanawe kukusamehe. Mshukuru kwa kukupa Roho wake Mtakatifu ili kukuwezesha kuenenda katika haki.

Chukua muda kidogo kumwomba Bwana achunguze moyo wako na akili yako aone kama kuna njia yoyote mbaya ndani yako. Mwambie akutakase ili uweze kuleta utukufu mkuu kwa jina lake.

Sura ya 8- Masomo ya Kujifunza Kutoka kwa Walinda Lango la Hekalu

Ninataka kuhitimisha somo hili kwa neno kuhusu kile ambacho jukumu la mlinda lango linatufundisha kuhusu wajibu wetu mbele za Mungu leo. Hebu tuanze na kile mtume Paulo aliwaambia Wakorintho:

> *[19] Au hamjui ya kuwa mwili wenu ni hekalu la Roho Mtakatifu aliye ndani yenu, mliyepewa na Mungu? Ninyi si mali yenu wenyewe, [20] kwa maana mlinunuliwa kwa thamani. Kwa hiyo mtukuzeni Mungu katika miili yenu. (1 Wakorintho 6)*

Paulo aliwaambia Wakorintho kwamba miili yao ilikuwa hekalu la Roho Mtakatifu. Ikiwa walikuwa wa Bwana Yesu, Roho Mtakatifu aliishi ndani yao. Hitimisho ambalo Paulo analeta kutoka kwa hili ni kwamba mwamini alipaswa kumtukuza Mungu katika mwili. Kusudi la hekalu ni kumheshimu Mungu ambaye kwa ajili yake lilitengenezwa. Miili hii iliumbwa na na kwa ajili ya Bwana:

> *[16] Kwa kuwa katika yeye vitu vyote viliumbwa, vilivyo mbinguni na vilivyo juu ya nchi, vinavyoonekana na visivyoonekana, ikiwa ni viti vya enzi au usultani au watawala au mamlaka—vitu vyote viliumbwa kwa*

njia yake na kwa ajili yake. (Wakolosai 1)

Paulo aliwaambia Wakorintho katika 1 Wakorintho 6:19 (iliyonukuliwa hapo juu) kwamba hawakuwa wao wenyewe kwa sababu walinunuliwa kwa damu ya Yesu Kristo. Ni kwa sababu hii na zaidi mtume anatupa changamoto ya kumtukuza Mungu katika mahekalu ya kidunia ya miili yetu.

Katika sura ya mwisho, tuliona kwamba Mungu anatenda kama mlinzi wa mahekalu yetu. Hii, hata hivyo, haituondolei kutokana na wajibu wa kibinafsi. Maandiko yanatuita kushiriki pamoja na Mungu katika ulinzi na matumizi ya mahekalu yetu kwa utukufu Wake. Hii ina maana kwamba sisi pia tunapaswa kuwa walinzi wa malango. Hii ndiyo sababu mtume Paulo alitoa changamoto kwa Wakorintho kumtukuza Mungu katika miili yao (1 Wakorintho 6:20). Kwa kusema hivyo, mtume huyo alionyesha Wakorintho kwamba walikuwa na daraka la kuwa walinda-mlango wenye bidii juu ya miili yao.

Dhabihu nyingi zilitolewa katika hekalu la Agano la Kale. Bwana Mungu aliabudiwa kupitia matoleo haya ya dhabihu yaliyoletwa kila siku. Fikiria kile mtume Paulo aliwaambia Warumi katika Warumi 12:1:

12:1 Basi, ndugu zangu, nawasihi, kwa huruma zake Mungu, itoeni miili yenu iwe dhabihu iliyo hai, takatifu, ya kumpendeza Mungu, ndiyo ibada yenu yenye maana. [2] Wala msiifuatishe namna ya dunia hii; bali mgeuzwe kwa kufanywa upya nia zenu, mpate kujua hakika mapenzi ya Mungu yaliyo mema, ya kumpendeza, na ukamilifu. (Warumi 12)

Dhabihu za Agano Jipya si dhabihu za wanyama bali ni utoaji wa miili yetu kama sadaka takatifu na inayokubalika kwa Mungu. Paulo aliwaambia Waroma kwamba ili jambo hilo litendeke, hawakupaswa kufananishwa na ulimwengu na viwango vyake. Badala yake, walipaswa kufanywa upya akilini ili waweze kutambua yale yanayompendeza Mungu na kutembea ndani yake.

Tunachohitaji kuona katika Warumi 12:1-2 ni kwamba Mungu anatazamia kwamba tujitoe wenyewe si tu kama dhabihu iliyo hai bali kama dhabihu takatifu na zinazokubalika kwa Mungu. Mungu anadai zaidi ya dhabihu - anahitaji utakatifu. Wana-kondoo wa kasoro hawakuleta heshima kwa Bwana. Paulo aliwaambia Waroma kwamba ikiwa wangejitoa wenyewe kuwa dhabihu takatifu na yenye kukubalika, mambo mawili yalihitaji kutukia. Kwanza, hawakupaswa kufananishwa na ulimwengu huu. Pili, walipaswa kugeuzwa kwa kufanywa upya nia zao. Tunaweza kwenda kwa undani sana hapa kwenye Warumi 12:2 lakini inatosha kusema katika muktadha huu kwamba ili sisi tumheshimu Mungu na kuwa dhabihu takatifu na inayokubalika anayotaka tunahitaji kupinga ushawishi wa ulimwengu huu na kukumbatia kazi ya kufanywa upya. Roho wa Mungu ndani yetu.

Kama walinzi wa miili yetu, lazima tuchunge akili zetu. Ulimwengu unaotuzunguka hutushambulia kwa njia yake ya kufikiri na vipaumbele vyake. Mlinda lango mzuri ana utambuzi wa kutosha kujua nini ni cha kimungu na kisicho kitakatifu. Ni wajibu wetu kupinga mvuto usio wa kimungu wa ulimwengu huu na kuwakatalia kuingia kwenye hekalu la miili yetu wasije wakazuia kazi ya Roho wa Mungu kufanya upya nia zetu.

Hebu wazia ukiwa kwenye meli iliyogonga mwamba na kutoa shimo ubavuni mwake. Matokeo yake ni kwamba unachukua maji. Ili kurekebisha hili, unatuma wafanyakazi wako chini kwenye sehemu ya meli ili kuokoa maji. Wanafanya kazi kwa saa nyingi lakini hawaonekani kuwa wanafika popote. Wanaweka dhamana ya maji, lakini shimo kwenye upande wa meli huendelea kuruhusu maji ndani, na hawawezi kufika mbele yake, hivyo chombo kinaendelea kuwa hatari ya kuzama. Je, ni dawa gani ya tatizo wanalokumbana nalo mabaharia hawa? Suluhisho ni kurekebisha shimo kwenye meli ili maji yasiweze kumiminika tena. Hivi ndivyo Paulo anawaambia Warumi. Anawaambia kwamba ikiwa walitaka kumheshimu Mungu katika miili yao, walihitaji kuziba mashimo ambayo yaliruhusu uvutano na mawazo yasiyo ya kimungu kufurika katika akili zao. Hili ni jukumu letu kama walinzi wa mahekalu yetu.

Fikiria kile ambacho Paulo alimwambia Tito:

> [11] *Maana neema ya Mungu iwaokoayo watu wote imefunuliwa; [12] yatufundisha kukataa ubaya na tamaa za kidunia, tupate kuishi maisha ya kiasi, na adili, na ya utauwa, katika ulimwengu huu wa sasa (Tito 2).*

Kulingana na Tito 2, tunapaswa kuachana na ubaya na tamaa za kidunia. Hatupaswi kuruhusu mawazo haya maovu yaingie akilini mwetu. Wala hatupaswi kuruhusu miili yetu inyenyekee majaribu yao. Paulo alipomwambia Tito kwamba mwamini huyo alipaswa kujifunza jinsi ya "kuacha ubaya na tamaa za kilimwengu," alikuwa akimwambia kwamba tunahitaji kujilinda na kupigana kwa bidii na uvutano wa ulimwengu. Kama walinzi wa malango, tunapaswa kulinda hekalu la miili yetu kwa wivu ili wasije wakachafuliwa na tamaa mbaya na tamaa za ulimwengu. Tunapaswa kujiangalia wenyewe:

> [6:1] *Ndugu zangu, mtu akinaswa katika kosa lo lote, ninyi mlio wa Roho mrejezeni katika roho ya upole. Jiangalie mwenyewe usije ukajaribiwa na wewe. (Wagalatia 6)*

sio tu mivuto kutoka nje ambayo mwamini alipaswa kuepuka. Kama wenye dhambi, asili ya kale huinua kichwa chake na kudhihirisha uwepo wake mara nyingi zaidi kuliko tunavyotaka. Paulo alimwambia Timotheo kwamba alipaswa kujiepusha na "maneno yasiyo ya heshima."

> [16] *Lakini jiepusheni na maneno yasiyo ya heshima, kwa maana yatazidi kuwafanya watu wazidi kuwa waovu (2Timotheo 2).*

Ingawa Paulo hafafanui kwa uwazi alichomaanisha hapa, Roho wa Mungu atatufunulia hili waziwazi kwa kutusadikisha kuhusu maneno yetu. Ni kazi yetu kama walinzi wa malango, si tu kujilinda kutokana na ushawishi wa nje yale ambayo yatachafua bali pia kudumisha usafi wa vyombo vinavyotumiwa kwa ajili ya ibada ya Mungu vilivyo tayari hekaluni. Ulimi wetu ni mojawapo ya vyombo vilivyowekwa kwa ajili ya sifa ya Yehova. Ni lazima tujihadhari isije ikawa najisi na kunajisi hekalu ambamo Roho wa Mungu anakaa.

Sikiliza kile Bwana aliwaambia watu wake katika Kumbukumbu la Torati 8:

[17] Jihadhari usije ukasema moyoni mwako, Nguvu zangu na uwezo wa mkono wangu ndio ulionipatia utajiri huu.' [18] Bali utamkumbuka BWANA, Mungu wako, maana ndiye akupaye nguvu za kupata utajiri; ili alifanye imara agano lake alilowapa baba zenu, kama hivi leo.

(Kumbukumbu la Torati 8)

Mungu aliwapa changamoto watu wake wachunge mioyo yao wasije wakairuhusu iamini kwamba wamekuwa matajiri kwa sababu ya juhudi zao. Kwa maneno mengine, walipaswa kulinda mioyo yao dhidi ya kiburi. Bwana angeendelea kuwaambia watu wake:

[9] Jihadharini lisije likawa na wazo lisilofaa moyoni mwako, na kusema, Mwaka wa saba, mwaka wa maachilio umekaribia; kwa BWANA juu yenu, nanyi mtakuwa na hatia ya dhambi. [10] Mpe kwa hiari, wala moyo wako usiwe na kinyongo umpapo; kwa kuwa kwa ajili ya hayo BWANA, Mungu wako, atakubarikia katika kazi yako yote, na katika kila utendalo mkono. (Kumbukumbu la Torati 15)

Kwa sababu mali zao zote zilitoka kwa Bwana, walipaswa kuwapa wale wenye uhitaji. Wakiwa walinda-mlango wa mioyo yao, walipaswa kujihadhari na pupa, isije ikachafua hekalu la Mungu. Ikiwa tutamwabudu Mungu katika miili hiyo, ni lazima tuwe waangalifu si tu kuzuia uvutano wa nje wenye kuchafua nje bali pia tuhakikishe usafi na usafi wa kile kilicho katika hekalu.

Kuna maelezo mengine ambayo ninataka kugusia katika suala hili. Sikiliza changamoto ya Paulo kwa Timotheo:

[20] Ee Timotheo, linda amana uliyokabidhiwa. (1 Timotheo 6)

Angeendelea katika barua yake ya pili kwa Timotheo kusema:

[6] Kwa sababu hiyo nakukumbusha, uichochee karama ya Mungu, iliyo ndani yako kwa kuwekewa mikono yangu; [7] kwa maana Mungu alitupa sisi roho si ya woga, bali ya nguvu na ya upendo na ubinafsi. kudhibiti. (2 Timotheo 1)

Paulo alimtia moyo mwanawe katika Bwana kulinda kwa uaminifu kile ambacho Mungu alikuwa amempa kwa madhumuni ya huduma. Hakuwa tu kulinda zawadi hii bali kuichoma moto. Alipaswa kutumia kile ambacho Mungu alikuwa amempa kwa ujasiri. Mojawapo ya kazi za mlinda-lango ilikuwa kuhakikisha kwamba zawadi ambazo watu wa Mungu walitoa zilitumiwa kwa kusudi lao. Paulo anaweka wazi sana kwa Timotheo kwamba karama ambazo Mungu alikuwa amempa zilipaswa kutumika kwa utukufu Wake. Zawadi hizi hazikupaswa kuhifadhiwa au kuhifadhiwa bila kutumiwa.

Akiandika katika 1 Petro 4, mtume Petro alisema:

[10] Kila mmoja kwa kadiri alivyoipokea karama, itumieni kutumikiana kama mawakili wema wa neema mbalimbali za Mungu; [11] kila anenaye na aseme maneno ya Mungu; mtu anayetumikia, kama mtumishi kwa nguvu anazojaliwa na Mungu, ili Mungu atukuzwe katika mambo yote kwa njia ya Yesu Kristo. Utukufu na enzi ni zake milele na milele. Amina. (1 Petro 4)

Mtume anatupa changamoto sisi kama walinzi wa hekalu la miili yetu kuwa mawakili waaminifu wa karama ambazo Mungu ametupa. Tunapaswa kutembea katika karama hizo. Ikiwa tuna karama za kusema, tunapaswa kusema maneno ambayo Mungu anatupa. Ikiwa tuna karama za kutumikia, tunapaswa kutumikia kwa nguvu zote ambazo Mungu hutoa. Angalia kusudi la uwakili wetu wa karama hizi - "ili katika kila jambo Mungu atukuzwe kwa Yesu Kristo" (mstari 11).

Kusudi la hekalu lilikuwa kutoa mahali pa kumtukuza Mungu. Mungu aliinuliwa kama mlinda-lango alizuia uvutano wa dhambi. Mungu alisifiwa wakati kile ambacho mlinzi wa kizingiti aliweka kile kilichokuwa ndani ya hekalu kikiwa safi na bila unajisi. Mungu aliheshimiwa mlinda-lango yuleyule alihakikisha kwamba zawadi zilizotolewa kwa kusudi la Mungu zilitumiwa kama ilivyokusudiwa.

Kilicho kweli kwa maisha yetu ya kibinafsi pia ni kweli kwa maisha yetu ya kanisa. Makanisa yetu yanahitaji walinzi pia. Tunahitaji wanaume na wanawake wa unabii ambao wana utambuzi na hekima ili kutuonya juu ya ushawishi mbaya wa ulimwengu unaoingia katikati yetu. Tunahitaji wachungaji walinzi ambao watusaidie kuenenda katika uadilifu na utakatifu wa maisha. Tunahitaji walimu walinda-lango ambao watatuzoeza katika njia za Neno la Mungu. Tunahitaji wanaume na wanawake wa imani ambao watakuwa mawakili wenye hekima wa karama ambazo Mungu ametoa na kujitokeza kwa ujasiri katika matumizi ya karama hizo kuhudumu katika jina la Kristo.

Kama walinzi wa milango ya mahekalu yetu, tuna jukumu muhimu la kutekeleza. Je, tumekuwa walegevu kama walinda lango? Je, hili limetokeza maisha dhaifu ya kiroho na makanisa yaliyojaa mivuto isiyo ya kimungu? Je, tumezuia kazi ya Roho wa Mungu anayekaa ndani yetu kwa kushindwa kwetu kuwa walinzi wa malango? Je, kanisa limepoteza nafasi yake ya mamlaka na ushawishi katika jamii yetu kwa sababu limenajisiwa?

Katika sura ya mwisho, tuliona kwamba Mungu ameahidi kuwa mlinzi wa lango, lakini hii haimaanishi kwamba tumeondolewa wajibu wetu. Tumeitwa kuungana na Bwana Mungu katika kazi hii ya kudumisha usafi wa hekalu la miili yetu na usafi wa kanisa lake. Tunapewa changamoto na Neno la Mungu kuwa na bidii katika jukumu letu kama walinzi wa malango. Ni lazima tulinde miili yetu, akili na roho zetu, ili uovu wa ulimwengu huu usiwatie unajisi. Ni lazima tuheshimu miili, akili na roho zetu kama hekalu la Roho Mtakatifu na kudumisha usafi wao na utauwa. Tumeitwa kuhakikisha kwamba zawadi zinazotolewa kwa hekalu hili zinatumiwa kwa uaminifu kuleta utukufu na heshima kwa Bwana, ambaye kwa ajili yake tuliumbwa. Ni pale tu hekalu la miili, akili na roho zetu linavyodumishwa na kutolewa kama dhabihu inayokubalika na iliyo hai kwa Mungu ndipo linaweza kuwa yote ambayo Mungu alikusudia na kumletea utukufu. Mungu atupe neema ya kuwa walinzi wenye hekima na utambuzi kwa utukufu wa jina lake.

Ya kuzingatia:

Warumi 12:1-2 inatuambia kwamba tunapaswa kujitoa wenyewe kama dhabihu takatifu na zinazokubalika kwa Mungu? Je, tunaweza kufanya hivyo ikiwa hatuchungi mioyo na akili zetu?

Je, tunaweza kutarajia kuwa kile ambacho Mungu anatuita tuwe ikiwa hatuzuii uvutano mbaya wa ulimwengu? Ni aina gani ya mvuto wa kidunia unaozuia kazi ya Roho wa Mungu maishani mwetu?

Jukumu la mlinzi wa lango la hekalu lilikuwa ni kuhakikisha kwamba zawadi zilizoletwa hekaluni zilikuwa zikitumiwa jinsi Mungu alivyokusudia.

Je, umekuwa ukitumia kwa uaminifu karama ambazo Mungu amekupa? Je! ni karama zao za kiroho ambazo hujazitumia?

Kwa nini ni muhimu kwamba tuwe na walinzi katika kanisa letu leo? Hawa walinda lango ni akina nani? Je, jukumu lao ni rahisi? Ni changamoto zipi kwa mlinda lango leo?

Maombi:

Uliza Mungu kwa utambuzi ili kutambua athari mbaya zinazozuia kazi ya Roho wake maishani mwetu?

Kama walinda lango, wakati mwingine kuna maamuzi magumu ya kufanya. Mwambie Bwana akupe neema ya kutopata maelewano linapokuja suala la utukufu wake katika kanisa na maisha yako binafsi?

Asante Bwana kwa kuwa miili yetu ni mahekalu ya Roho Mtakatifu. Mwambie akupe furaha katika wazo hili kwamba utafanya chochote kinachohitajika kuweka chochote ambacho kingezuia kazi yake ndani yako.

Mwombe huyo Bwana akuonyeshe eneo lolote la maisha yako linalohitaji kusafishwa. Mwambie afunue chochote kinachohitaji kwenda ili aweze kufanya kazi kikamilifu zaidi ndani yetu.

Omba ili Mungu akupe ujasiri zaidi wa kutumia karama alizotoa ili jina lake litukuzwe kupitia wewe.

Light To My Path Book Distribution

Light To My Path Book Distribution (LTMP) ni huduma ya uandishi na usambazaji wa vitabu inayowafikia wafanyakazi Wakristo wenye uhitaji huko Asia, Amerika Kusini, na Afrika. Wafanyakazi wengi Wakristo katika nchi zinazoendelea hawana nyenzo zinazohitajika ili kupata mazoezi ya Biblia au kununua vifaa vya kujifunzia Biblia kwa ajili ya huduma zao na kujitia moyo.F. Wayne Mac Leod ni mwanachama wa Action International Ministries na amekuwa akiandika vitabu hivi kwa lengo la kuvisambaza bure au kwa gharama kwa wachungaji wenye uhitaji na wafanyakazi Wakristo kote ulimwenguni.

Vitabu hivi vinatumika katika mahubiri, mafundisho, uinjilisti na kutia moyo waamini wenyeji katika zaidi ya nchi sitini. Vitabu sasa vimetafsiriwa katika lugha kadhaa. Lengo ni kuvifanya vipatikane kwa waumini wengi iwezekanavyo.

Huduma ya LTMP ni huduma yenye msingi wa imani na tunamwamini Bwana kwa nyenzo zinazohitajika ili kusambaza vitabu kwa ajili ya kuwatia moyo na kuwaimarisha waumini duniani kote. Je, ungeomba kwamba Bwana afungue milango kwa ajili ya tafsiri na usambazaji zaidi wa vitabu hivi?

Kwa taarifa Zaidi kuhusu Light To My Path tembelea tovoti yetu ya www.lighttomypath.ca

www.ingramcontent.com/pod-product-compliance
Lightning Source LLC
Chambersburg PA
CBHW052124070526
44586CB00016B/2075